പി. സുരേന്ദ്രൻ

നോവലിസ്റ്റ്, കലാവിമർശകൻ, സഞ്ചാരി, അധ്യാപകൻ.
1961-ൽ മഞ്ചേരിക്കടുത്ത് പാപ്പിനിപ്പാറയിൽ ജനനം.
കുമരനെല്ലൂർ ഗവ. ഹയർസെക്കൻഡറി സ്കൂളിൽ
ജോലി ചെയ്യുന്നു.
പ്രധാന കൃതികൾ : *പിരിയൻ ഗോവണി,*
ഭൂമിയുടെ നിലവിളി, കറുത്ത പ്രാർത്ഥനകൾ, ബർമുഡ, അഭയാർത്ഥികളുടെ പൂന്തോട്ടം,
ആഴത്തിന്റെ നിറം, ജലസന്ധി, 64 ചെറിയ കഥകൾ, രാജനീതി, ചൈനീസ് മാർക്കറ്റ്,
ബുദ്ധവസ്ത്രം, Boarder, തെരഞ്ഞെടുത്ത കഥകൾ, ഹരിതവിദ്യാലയം, ഭൂതനേത്രം,
111 ചെറിയ കഥകൾ (ചെറുകഥാസമാഹാരങ്ങൾ).
മഹായാനം, സാമൂഹ്യപാഠം, മായാപുരാണം, കാവേരിയുടെ പുരുഷൻ, ജൈവം,
ഗ്രീഷ്മമാപിനി (നോവലുകൾ), *രാമചന്ദ്രന്റെ കല* (കലാ വിമർശനം), *വാക്കും പ്രതീകവും,*
അനുഭവം ഓർമ്മ യാത്ര, ക്ഷോഭിക്കുന്ന വിശുദ്ധി (ലേഖനസമാഹാരം), *ദേവദാസികളും*
ഹിജഢകളും, ഗ്രാമപാതകൾ (യാത്രാവിവരണം).

പുരസ്കാരങ്ങൾ: അങ്കണം അവാർഡ്, മൾബെറി അവാർഡ്, അബുദാബി ശക്തി അവാർഡ്, സ്റ്റേറ്റ് ബാങ്ക് ഓഫ് ഇന്ത്യ അവാർഡ്, വി.പി. ശിവകുമാർ സ്മാരക കേളി അവാർഡ്, ഓടക്കുഴൽ അവാർഡ്, കേരള സാഹിത്യ അക്കാദമി അവാർഡ്, തോപ്പിൽ രവി ഫൗണ്ടേഷൻ അവാർഡ്, കേരള ലളിതകലാ അക്കാദമി അവാർഡ്. പത്മരാജൻ പുരസ്കാരം, ശാന്തകുമാരൻ തമ്പി പുരസ്കാരം, സി. സോമൻ സ്മാരക പുരസ്കാരം

മേൽവിലാസം: *പ്രാർത്ഥന, വട്ടംകുളം പി.ഒ., മലപ്പുറം - 679 578.*

Malayalam Language

Malayalappacha

(Memories)

by

P. Surendran

♦

Published in April 2013

Third Impression July 2016

by Kairali Books Private Limited

Thalikkavu Road, Kannur.

Ph : 0497-2761200

E-Mail : Kairalibooksknr@gmail.com

♦

Inside Photos:

Uthaman Kadanchery

♦

Cover Design :

Alif Shah

♦

23/16-17/Sl.No.828/1000/NS 18.6

ISBN. 978-93-49726-24-6

മലയാളപ്പച്ച

കേരളത്തിന്റെ ഋതുഭംഗികളിലൂടെ ഒരു യാത്ര

പി. സുരേന്ദ്രൻ

കൈരളി ബുക്സ്

ഉള്ളടക്കം

കാവിമണ്ണിഴുകും കൊമ്പു
കുലുക്കിത്താടയാട്ടിയും.
കുതിച്ചുപാഞ്ഞു ചിങ്ങപ്പൂ
ത്തേരിൽ പൂട്ടിയ കാളകൾ
കണ്ണീരണിഞ്ഞ കുഗ്രാമ-
ലക്ഷ്മി നോക്കിയിരിക്കവേ
കേവഞ്ചി കേറിപ്പോയോണ
വെണ്ണിലാവണി രാവുകൾ
യാത്രചോദിച്ചു പോകാനായ്
മണിമുറ്റത്തു നില്ക്കയാം.
പെരുമാളുടെ പൊന്നോണ
വില്ലു ചൂടിയ തുമ്പികൾ
(സൗന്ദര്യ പൂജ- പി)

മലയാളപ്പച്ചയിലൂടെ
പൊറുതികെട്ട് അലഞ്ഞ
പി.കുഞ്ഞിരാമൻനായർക്ക്

പച്ചക്കടലാസിൽ സ്വപ്നം തൊട്ടെഴുതുമ്പോൾ...

മോഹനകൃഷ്ണൻ കാലടി

ഒരു ലേഖനം മുഴുവൻ ഞാറപ്പഴങ്ങളെക്കുറിച്ചും തെച്ചിപ്പഴങ്ങളെക്കുറിച്ചുമാണ്. വേറൊന്ന് പൂച്ചകളെക്കുറിച്ചും കിളികളെക്കുറിച്ചുമാണ്. ഇനിയൊന്ന് ചക്കകളെക്കുറിച്ച്- മറ്റൊന്ന് മാമ്പഴങ്ങളെക്കുറിച്ച്- അപ്പൊഴേയ്ക്കും മഴയെക്കുറിച്ച്, കുളങ്ങളെക്കുറിച്ച്- ഓണം, വിഷു, ഉത്സവങ്ങൾ - ലേഖനങ്ങളെന്നാണോ കഥകളെന്നാണോ പറയേണ്ടതെന്നറിയില്ല. ഓർമ്മകളാണോ സ്വപ്നങ്ങളാണോ എന്ന് തിരിച്ചറിയാനാവുന്നില്ല. ഒന്നുമാത്രം അറിയാം- വായിച്ചാലും വായിച്ചാലും കൊതി തീരാത്ത, മതിയാവാത്ത വാക്കുകൾ. ഓരോവാക്കിലും പ്രകൃതിയെ തൊട്ടുജീവിച്ച ഒരുകാലം അലിഞ്ഞു ചേർന്നിരിയ്ക്കുന്നു. ഓരോവാക്കിലും ഒരു പഴയ കുട്ടി ഒരു കളിപ്പാട്ടത്തിന്റെ ഇതളുകൾ വിടർത്തിയടർത്തുന്ന പോലെ ആഹ്ളാദങ്ങളുടെയും വേദനകളുടെയും രഹസ്യച്ചെപ്പുകൾ തുറന്നടച്ച് രസിയ്ക്കുന്നു. ഈ വാക്കുകൾ കുറിച്ചുവയ്ക്കുമ്പോൾ ശ്രീ.പി.സുരേന്ദ്രൻ അനുഭവിച്ചിരിയ്ക്കാനിടയുള്ള ആത്മഹർഷം ആരെയും അസൂയപ്പെടുത്തുന്നതായിരിയ്ക്കും.

പത്ത് നാൽപ്പത് വർഷം മുമ്പ് താൻ ജനിച്ചുവളർന്ന ഏറനാടൻ ഗ്രാമത്തെക്കുറിച്ച്- ഗ്രാമജീവിതത്തെക്കുറിച്ചുള്ള ചില സാധാരണ നിരീക്ഷണങ്ങൾ മാത്രമാണ് സുരേന്ദ്രൻ ഈ പുസ്തകത്തിൽ രേഖപ്പെടുത്തിവയ്ക്കുന്നത്. അതേസമയം അത് അക്കാലത്തെ കേരളീയ ജീവിതത്തിന്റെ മുഴുവൻ നേർപ്പകർപ്പായും വായിക്കപ്പെടുന്നു. ഏതോ ഒരു നിമിഷത്തിൽ അത് മനുഷ്യവർഗ്ഗത്തിന്റെ മനുഷ്യനും പ്രകൃതിയും സുഖസങ്കടങ്ങൾ പങ്കിട്ടു കഴിഞ്ഞിരുന്ന ഒരു കാലത്തിന്റെ മുഴുവൻ സ്മൃതിഗാഥയായി മാറുന്നു. ഓർമകൾ- മാവുകളെക്കുറിച്ചും കൊന്നകളെ

ക്കുറിച്ചും ഇടനാഴികളിൽ വാഴനാരുകളിൽ തൂങ്ങിക്കിടക്കുന്ന വെള്ളരിക്ക കളെക്കുറിച്ചുമാവുമ്പോൾ മഞ്ഞകലർന്ന പച്ചയുടുപ്പിട്ട് കണ്ണോളം കയറി നിൽക്കുന്നു. ഭഗവതിക്കാവുകളെക്കുറിച്ചും, ഓർമ്മയ്ക്കും മറവിയ്ക്കു മിടയിൽ. അലഞ്ഞുനടക്കുന്ന പൂവിളികളെക്കുറിച്ചുമാവുമ്പോൾ ആരവ ങ്ങൾ മുഴക്കുന്നു. പെരുമഴയെക്കുറിച്ചും ജലശായങ്ങളെക്കുറിച്ചുമാവു മ്പോൾ ആർദ്രത കൊണ്ടുണ്ടാക്കിയ ഒരായിരം സ്പർശതന്തുക്കളിൽ കെട്ടിപ്പിടിയ്ക്കുന്നു. ചക്കവരട്ടുന്നതിനെക്കുറിച്ചും മാങ്ങ ഉപ്പിട്ടു ഉണക്കുന്ന തിനെക്കുറിച്ചുമാവുമ്പോൾ തീക്ഷ്ണഗന്ധങ്ങളായി മൂർധാവിലേയ്ക്ക് പിണഞ്ഞു കയറുന്നു. കലർപ്പില്ലാത്ത രുചിഭേദങ്ങളായി രസനകളിൽ അ മൃതബോധമുണർത്തുന്നു. അറിഞ്ഞോ അറിയാതെയോ മൂടപ്പെട്ടുപോയ പഞ്ചേന്ദ്രിയങ്ങളെ തൊട്ടുതൊട്ടുവിളിച്ച് പുലർവെളിച്ചത്തിലേക്ക് പുനരാന യിയ്ക്കുന്നു. ഏതൊരു ഓർമ്മക്കുറിപ്പും നിർവ്വഹിക്കേണ്ട പ്രാഥമിക ധർമ്മമാണിത്. അതിനുമപ്പുറത്തേയ്ക്ക്- ഓർമ്മകൾക്കുമപ്പുറത്തേയ്ക്ക് കടന്നുചെല്ലുന്നതിലൂടെയാണ് ഈ പുസ്തകം തികച്ചും വ്യത്യസ്തമാകു ന്നത്. ഓർമ്മകൾക്കപ്പുറത്തെന്താണ്- സ്വപ്നങ്ങളോ സ്വപ്നങ്ങളെക്കുറി ച്ചുള്ള ഓർമ്മകളോ?

സ്വപ്നങ്ങളേയും ഓർമ്മകളേയും സുരേന്ദ്രൻ ആഴത്തിൽ കൂട്ടിക്കല ർത്തിയിരിക്കുകയാണ്; വികാരങ്ങളുടെയും വിചാരങ്ങളുടെയും തന്റെ സ്വതസിദ്ധമായ രാഷ്ട്രീയബോധത്തിന്റെയും വ്യത്യസ്ത അനുപാത ങ്ങളിൽ. ആ ചായക്കൂട്ടുകൊണ്ടാണ് ഈ പുസ്തകത്തിലെ ഓരോ വാക്കും സുരേന്ദ്രൻ വരച്ചുവച്ചിരിയ്ക്കുന്നത്. അതുകൊണ്ടാണ് പിന്നിട്ട വഴികളിലൂടെ ഒരിക്കൽക്കൂടി സഞ്ചരിയ്ക്കുമ്പോൾ ഇത്രയധികം സൂക്ഷ് മദൃക്കാവാൻ കഴിയുന്നത്; ഓരങ്ങളിൽ കണ്ടുമുട്ടിയ ഓരോ സൂക്ഷ്മാണു വിനും അതിന്റേതായ ഒരു സ്വത്വമുണ്ടെന്നും അതിന്റേതായ ഒരു ജീവിതം ഒരു ജീവിതചക്രം അത് ആഘോഷപൂർവ്വം പൂർത്തിയാക്കുന്നുണ്ടെന്നും തിരിച്ചറിയാൻ കഴിയുന്നത്, ഓരോ ചെറിയ ജീവിതത്തേയും അത്യാദര വോടെ അതിചാരുതയോടെ അവതരിപ്പിക്കാൻ കഴിയുന്നത്; ഇത് നവീന മായൊരു പാരിസ്ഥിതിക അവബോധത്തിന്റെ പ്രഖ്യാപനമാണ്. ഓരോ ചെറിയ ജീവിതാവിഷ്കാരത്തിനും ഒരു ഇക്കോവ്യൂഹത്തിൽ അത്യധികം പ്രാധാന്യമുണ്ടെന്ന, പ്രസ്ക്തിയുണ്ടെന്ന വിളംബരമാണ്. അങ്ങനെ മഴയെക്കുറിച്ചു പറയുമ്പോൾ ഇറവെള്ളത്തിൽ എട്ട് (൮) എഴുതി നടക്കുന്ന കൂളിയാമ എന്ന, (എഴുത്തച്ഛൻ എന്നും വിളിപ്പേരുള്ള) ചെറുജീവിയ്ക്കും പടകൂട്ടിവരുന്ന മലവെള്ളത്തിനും തുല്യപ്രാധാന്യം കിട്ടുന്നു. ചക്കയെ ക്കുറിച്ചു പറയുമ്പോൾ ചകിണിയും മുളഞ്ഞും മധുരച്ചുളകളോടൊപ്പം പരാമർശിയ്ക്കപ്പെടുന്നു. മാവുപിടിച്ചു കുലുക്കിയപ്പോൾ മുള്ളിൻകൂട്ട

ത്തിൽചെന്നു വീണ് മറഞ്ഞിരുന്ന മാമ്പഴവും കണ്ടുപിടിയ്ക്കപ്പെടുന്നു. തൊരടി, കാറപ്പഴം, ഗോമാങ്ങ, പാറകം, ചേര്, എന്നിങ്ങനെ ഓരങ്ങൾക്കപ്പുറത്തേക്ക് ഭാഷയും കാലവും തള്ളിയൊതുക്കിയ രൂപകങ്ങളെ മുഴുവൻ മുൻനിരയിൽ കൊണ്ടുവരുന്നതിലൂടെ സോഷ്യൽ ഇക്കോളജിയുടെ ഏറ്റവും പുതിയ അജണ്ടയാണ് സുരേന്ദ്രൻ അവതരിപ്പിക്കുന്നത്.

അതേ സമയം തന്നെ സൂക്ഷ്മലോകത്ത് അഭിരമിച്ചു പോകാതെ സ്ഥൂലവ്യവഹാരങ്ങളുടെ വൈരുദ്ധ്യങ്ങളിലേക്ക് കടന്നുചെല്ലാനും അവയെ ചോദ്യം ചെയ്യാനും സുരേന്ദ്രന് കഴിയുന്നുണ്ട്.

'നമ്മുടെ ഐ.ടി.സംസ്കാരം പ്രാന്തവൽക്കരിച്ചുകളഞ്ഞ ലോകത്തിൽ വംശനാശം സംഭവിച്ച എത്ര പൂക്കൾ ഉണ്ടായിരിക്കും'

'ദൈവങ്ങളുടെ പേരിൽ മലയാളികളുടെ സ്വത്വത്തിലേക്ക് പാഞ്ഞു കയറുന്ന ഹൈന്ദവതയെ ചെറുക്കാൻ ഓണം പോലെ മറ്റെന്ത് ആഘോഷമുണ്ട് മലയാളിയ്ക്ക്.'

(ഓണം, ഓർമകളായും മറവികളായും)

'കീഴാളർക്ക് വേണ്ടി പുരാണകഥകൾ പറയാനാണ് തോൽപ്പാവക്കൂത്ത് വരുന്നത്. ഭഗവതി ക്ഷേത്രങ്ങളിലൊക്കെ കൂത്തമ്പലമുണ്ടായിരുന്നു. മേൽജാതിക്കാർക്ക് കഥകളി പോലെയായിരുന്നു കീഴാളർക്ക് പാവക്കൂത്ത്.'

(ഭഗവതിക്കാവുകളുണരുമ്പോൾ)

'നമ്പൂതിരിമാരുടെ കുളമായതിനാൽ നായൻമാരിൽ താഴെയുള്ളവർക്ക് അവിടെ കുളിയ്ക്കാൻ പാടില്ലായിരുന്നു. കുളിപ്പുര നമ്പൂതിരി സ്ത്രീകൾക്ക് മാത്രമുള്ളതായിരുന്നു.

(കുളങ്ങൾ)

ഓർമ്മകൾ ഒരു പ്രദേശത്തിന്റെ, ഒരു സംസ്കാരത്തിന്റെ കയറ്റിറക്കങ്ങളുടെ ചരിത്രമാകുന്നത് ഇങ്ങനെയൊക്കെയാണ്. ഓർമകൾ, 'ഓർക്കുകവല്ലപ്പോഴും' എന്നതിന്റേയോ 'ഓർമകൾ ഉണ്ടായിരിക്കണം' എന്നതിന്റേയോ ഘനീഭവിച്ച പ്രതിധ്വനികൾ മാത്രമല്ലെന്നും നഷ്ടലോകത്തിന്റെ രാഷ്ട്രീയ ചരിത്രരേഖകൾ കൂടിയാണെന്നും തിരിച്ചറിയുമ്പോൾ നമ്മൾ ജന്മദേശത്തെ പ്രവാസികളാകുന്നു. അവരവരെത്തന്നെ ആട്ടിയോടിച്ച പ്രവാസികൾ

ഓർമ്മകൾ അറിവുകളുമാകുന്നു. കേട്ടറിവുകളല്ല. പുസ്തകങ്ങളിലിരുന്ന് ചത്തുപോയ അഹങ്കാരങ്ങളുമല്ല. നേരിട്ടറിഞ്ഞ നാട്ടറിവുകൾ, നേരറിവുകൾ. മൈലാഞ്ചി ചേറ്റുപുണ്ണിന്റെ മരുന്നാണെന്നും, പാറകത്തിന്റെ ഇല ഉരക്കടലാസ്സായി ഉപയോഗിക്കാൻ പറ്റുന്നതാണെന്നും, ഉണങ്ങിയ മുളഞ്ഞുരുക്കി പാത്രങ്ങളുടെ ഓട്ടയടയ്ക്കാമെന്നും അങ്ങനെ

ഒട്ടനവധി സാങ്കേതിക വിജ്ഞാനങ്ങൾ. പകരംവയ്ക്കാനില്ലാത്ത ഭക്ഷ്യസംസ്ക്കരണ വിദ്യകളും പാചകകലാവിദ്യകളും ഈ ഓർമകളിൽ തേനറകൾ തീർത്ത് അടയിരിയ്ക്കുന്നു.

ഓർമകളിലൂടെ സുരേന്ദ്രൻ ഒരു കുട്ടിയെ പറത്തിവിട്ടിരിയ്ക്കുകയാണ്. പറങ്കിമാവിൻ കാടുകളിലൂടെ, പെരുമഴയിലൂടെ, പടക്കക്കടകളിലൂടെ, പൂക്കളങ്ങളിലൂടെ, കാറമുൾപ്പൊന്തകളിലൂടെ, ഉത്സവപ്പറമ്പുകളിലൂടെ, അടുക്കളകളിലൂടെ അവൻ തന്റെ ഭൂപടം വരച്ച് പാറുന്നു. ചിലപ്പോൾ അച്ഛന്റെ കൂടെ, അമ്മയുടെ കൂടെ, അമ്മായി, കുട്ടമ്മാമ, കണക്കുമാഷ്, പടക്കക്കടക്കാരൻ, വെളിച്ചപ്പാട് അങ്ങനെ പലരുടെ കൂടെ. ഗോമാവും പൂത്താങ്കീരിയും കൂളിയാമയും അവന്റെ കൂട്ടുകാർ. അവൻ ഒരു അണ്ണാൻ കുഞ്ഞിനായി പരീക്ഷയെഴുതാതെ പോന്നവൻ. ചെമ്പരത്തിച്ചെടിയിൽ മുളഞ്ഞ് വച്ച് പക്ഷിയെ പിടിച്ചവൻ. മഴയും മഞ്ഞും വെയിലും നേരിട്ട് കൊണ്ടറിഞ്ഞവൻ.

'മഴയ്ക്കിപ്പോൾ കുട്ടികളെ തൊടാൻ ഭയമാണ്. ഏത് കാലാവസ്ഥാവ്യതിയാനവും രോഗമായി മാറാൻ പാകത്തിൽ ശരീരഘടന മാറിപ്പോയിരിയ്ക്കുന്നു.'

(ഓണം, ഓർമകളായും മറവികളായും)

ഇത് അവന്റെ വലിയ മനസ്സിലെ ആശങ്ക.

അവന്റെ കണ്ണിലെപ്പോഴും ഒരു ലെൻസുണ്ട്. ഉത്സവപ്പറമ്പിൽ നിന്ന് വാങ്ങിയ ലെൻസ്. ലെൻസിലൂടെ ഒരു പ്രകാശരശ്മിയായി സഞ്ചരിച്ച് ഓരങ്ങളുടെ ജീവിതത്തിലേക്ക്, സൂക്ഷ്മ ലോകങ്ങളിലേക്ക് അവൻ കടന്നു ചെല്ലുന്നു.

വിശപ്പ് മാറാത്തവനെങ്കിലും അവന്റെ ചുണ്ടിലെപ്പോഴും സന്തോഷമാണ്. ചിരിയ്ക്കാൻ മറന്നുപോയ പുതിയ കാലത്തിന് അവനൊരദ്ഭുതമാണ്. പുറകിൽ, ദരിദ്രമെങ്കിലും മധുരവും ശാന്തി നിറഞ്ഞതുമായ ഭൂത കാലം. മുന്നിൽ, സമൃദ്ധമെങ്കിലും ദുരന്തങ്ങളുടെ മുന്നറിയിപ്പുകൾ നിഴൽ വീഴ്ത്തിയ ഭാവി തിരിച്ചു നടക്കണമോ, ജൈത്രയാത്ര തുടരണമോ- ആധുനിക സംസ്കൃതികളെല്ലാം അഭിമുഖീകരിയ്ക്കുന്ന വല്ലാത്തൊരു ധർമ്മസങ്കടമാണിത്. ഈ ആശയക്കുഴപ്പമാണ് വർത്തമാനകാലത്തിനെ തടുക്കാനാവാത്തൊരു ഉന്മാദരോഗമാക്കി മാറ്റുന്നത്. ഭൂതകാലത്തെ മറക്കുക. വരാനിരിക്കുന്നതിനെയും ഓർക്കാതിരിയ്ക്കുക. ഓരോ നിമിഷത്തെയും നിലനിൽപ്പിന് ബലി നൽകുക. ഓരോ നിമിഷത്തെയും ആഘോഷിക്കുക. ഇങ്ങനെയൊക്കെയാണ് ഇന്ന് അതിജീവനം സാധ്യമാകുന്നത്. ഇല്ലായ്മകളിൽ നിന്ന് സമൃദ്ധിയിലേക്കുള്ള കുതിച്ചു ചാട്ടത്തിന് നമ്മൾ കൊടുക്കേണ്ടിവന്ന

വിലയാണിത്. ദാരിദ്രമായിരുന്നുവോ നമ്മുടെ നൈസർഗ്ഗികാവസ്ഥ. അല്ലെങ്കിൽ പിന്നെന്തിനാണ് ഈ സമ്പന്നതയുടെ നടുവിൽ വെള്ളത്തിൽ നിന്ന് കരയ്ക്കിട്ടമീനുകളെ പ്പോലെ നമ്മൾ പിടഞ്ഞുനിലവിളിയ്ക്കുന്നത്. പ്രകൃതിപോലും ഈ വിളിയ്ക്ക് ചെവികൊടുക്കുന്നില്ലെന്നോ? ഇങ്ങനെ നിരവധി വിചാരങ്ങളാണ് തന്റെ ബാല്യകൗമാരസ്മൃതികളിലൂടെ സുരേന്ദ്രൻ പറയാതെ പറയുന്നത്. ആധുനിക പരിസ്ഥിതി ശാസ്ത്ര ത്തിന്റെ ഏറ്റവും പുതിയ ഭീതികളെ അവതരിപ്പിയ്ക്കാൻ ഗൃഹാതുരവും കാല്പനികവുമായ ഒരു ഭാഷയാണ് സുരേന്ദ്രൻ ഉപയോഗിക്കുന്നത്. ഈ ഭാഷ ഉപയോഗിക്കുന്നതിലൂടെ പ്രാന്തവൽക്കരിക്കപ്പെട്ട സസ്യങ്ങളു ടെയും ജീവിവർഗ്ഗങ്ങളുടെയും കൂടെ നിൽക്കാൻ സുരേന്ദ്രന് കഴിയുന്നു. ഒരു ശിക്ഷയെന്ന പോലെ മനുഷ്യകഥാപാത്രങ്ങളെ സുരേന്ദ്രൻ പശ്ചാത്തലത്തിലേയ്ക്ക് മാറ്റിയിരിയ്ക്കുന്നു. ഒരു പക്ഷേ ചെടികളുടെയും കിളികളുടെയും ഭാഷയായിരിയ്ക്കും സുരേന്ദ്രൻ ഉപയോഗിക്കുന്നത്. ഹരിതഭാഷ.

മലയാളത്തിന്റെ സ്വന്തം ഋതുസംഹാരമാണീ പുസ്തകം. പ്രവാസി യായ ദൈവത്തിന് വായിയ്ക്കുവാൻ സ്വന്തം നാടിനെക്കുറിച്ചുള്ള പുസ്തകം.

സഞ്ചാരിയുടെ ദേശങ്ങൾ

1999 ജൂൺ 26ാം തീയ്യതി എനിക്കൊരു കത്തു കിട്ടി. തമിഴ്നാട്ടിലെ കാവേരീ പൂം പട്ടണ (പൂം പുഹാർ)ത്തിൽ നിന്ന് പോസ്റ്റ് ചെയ്ത കത്ത്. കത്തെഴുതിയത് മലയാളിയായ റഹ്മാൻ അക്കിക്കാവ്.

ആ കത്തിങ്ങനെ.

സുരേന്ദ്രൻ,

'കാവേരിയുടെ പുരുഷൻ' വായിച്ചു. എന്റെ കഥ എന്നതിനേക്കാൾ എന്റെ അനുഭവങ്ങളുടെ മറുവശം എന്ന് നിങ്ങളുടെ പുസ്തകത്തെ വിലയിരുത്തട്ടെ. നെല്ലിക്കുപ്പവും കടലൂരും ഇവിടെയാണ്. കാവേരിയുടെ മറ്റൊരു തീരമായ പൂം പുഹാറും. ഞാൻ ജീവിച്ചു തീർത്ത വർഷങ്ങൾ കാവേരിയുടെ പുരുഷനിൽ വ്യക്തമാണ്. കാവേരിയുടെ പുരുഷനെ ഞാൻ ഇഷ്ടപ്പെട്ടത് പക്ഷെ ഇതുകൊണ്ടൊന്നുമല്ല. നല്ലൊരു പുസ്തകം വായിച്ചതിന്റെ സുഖാനുഭൂതിയിലാണ്. നന്ദി. മികച്ചൊരു പുസ്തകത്തിന്റെ സൃഷ്ടിക്ക്.

റഹ്മാൻ.

അന്നുവരെ ഞാൻ റഹ്മാനെ കണ്ടിട്ടേയില്ലായിരുന്നു. 'കാവേരിയുടെ പുരുഷൻ' പ്രസിദ്ധീകരിച്ച് ഏറെ വൈകാതെയാണ് എനിക്കീകത്തു കിട്ടുന്നത്. അതിനു മുമ്പ് റഹ്മാൻ എനിക്ക് കത്തയച്ചിട്ടുമില്ല. വളരെ കഴിഞ്ഞ് റഹ്മാൻ എന്നെ കാണാൻ വന്നു. കടലൂരിൽ നിന്ന് കേരളത്തിലേക്ക് മത്സ്യം കയറ്റി അയക്കുന്ന ഒരു സംഘത്തോടൊപ്പം ജോലി ചെയ്യുകയായിരുന്നു റഹ്മാൻ. വായനയും ഫുട്ബോൾ കളിയും ഒരു പോലെ പ്രിയപ്പെട്ടതായിരുന്നു അയാൾക്ക്. കാലിന് ചെറിയൊരു പരിക്കേറ്റതോടെ ഫുട്ബോൾ കളിയിൽ സജീവമല്ല. തീവ്രമായൊരു പ്രണയത്തിൽ അകപ്പെട്ടിരിക്കുകയാണെന്നും റഹ്മാൻ പറഞ്ഞിരുന്നു. റഹ്മാൻ എന്നെ കടലൂരിലേക്ക് ക്ഷണിച്ചു. വലിയ മത്സ്യങ്ങളെ ചുട്ടുതിന്നാമെന്നും, മത്സ്യത്തൊഴിലാളികൾക്കൊപ്പം കടലിൽ യാത്രചെയ്യാമെന്നും മോഹിപ്പിച്ചു. പക്ഷെ എനിക്ക് പോകാൻ പറ്റിയില്ല. മുമ്പെങ്ങോ ഒരു യാത്രയ്ക്കിടയിൽ സ്വപ്നം പോലെ ഉള്ളിൽ വന്നു നിറഞ്ഞ കടലൂരിനെ പിന്നീട്

ഞാൻ കാണുന്നത് സുനാമിക്കുശേഷമാണ്. അപ്പോഴേക്കും റഹ്മാൻ കടലൂര് വിട്ടിരുന്നു. അതിനുശേഷം അയാൾ എങ്ങോട്ടു പോയി എന്ന് യാതൊരു അറിവുമുണ്ടായിരുന്നില്ല.

സുനാമി ഏറ്റവും നാശം വിതച്ച കടലോര ഗ്രാമമാണത്. മാസമേറെ കഴിഞ്ഞിട്ടും വീടുകളുടെ അവശിഷ്ടങ്ങളിൽ കരഞ്ഞിരിക്കുന്ന മനുഷ്യരെ ഞാൻ കണ്ടു. സുനാമിത്തിരകൾ തകർത്തു കളഞ്ഞ കോവിലിലെ ചെറിയ അമ്മദൈവം മണലിലെ തറയിൽ പൊരിവെയിലത്ത് ആകാശം നോക്കിയിരിക്കുന്നു. കടൽത്തീരത്തുനിന്ന് ഏതാണ്ട് ഒരു കിലോമീറ്റർ ദൂരെയാണ് തിരകൾ കശക്കിയെറിഞ്ഞ ഫൈബർ ബോട്ടിന്റെ അവശിഷ്ടങ്ങൾ കിടന്നിരുന്നത്.

തേങ്ങലുകളിലൂടെ കടന്നുപോകുമ്പോൾ ഞാൻ റഹ്മാനെ ഓർത്തു. എഴുത്തുകാരന്റെ ദേശത്തെക്കുറിച്ച് പലതും ചിന്തിക്കാൻ റഹ്മാന്റെ കത്ത് പ്രേരണയായി.

നദിയെ രൂപകമാക്കി ജൈവസമസ്യകളുടെ ആഴങ്ങളിലേക്ക് നടത്തിയ യാത്രയാണ് 'കാവേരിയുടെ പുരുഷൻ'. നദി, മനുഷ്യൻ, ആത്മീയത ഇവയുടെ പാരസ്പര്യം ആ കൃതിയിലുണ്ട്. കാവേരിയുടെ ഉത്ഭവസ്ഥാനത്തെക്കുറിച്ചും അവിടുത്തെ ഭൂപ്രകൃതിയെക്കുറിച്ചുമാണ് ഈ കൃതിയിൽ ഞാൻ ഏറെ എഴുതിയതെങ്കിലും വായനക്കാരന്റെ കത്തു വന്നത് കാവേരി കടലിൽ ചേരുന്ന ദിക്കിൽ നിന്നാണ്. നദീസങ്കൽപ്പത്തിന്റെ പൂർണത ആ കൃതിക്ക് വന്നിട്ടുണ്ട് എന്നു ഞാൻ വിചാരിക്കുന്നു.

രണ്ട് പതിറ്റാണ്ട് മുമ്പ് കുടകിലെ തലക്കാവേരിയിലേക്ക് യാത്ര ചെയ്തത് മറക്കാനാവാത്ത അനുഭവമാണ്. അവിടെനിന്നാണ് കാവേരിയുടെ ഉത്ഭവം. ഭാഗമണ്ഡലത്ത് താമസിച്ച്, പുലർച്ചെ നദീതീരത്ത് വെച്ച് പരിചയപ്പെട്ട ചിന്നച്ചാമിക്കും മകൾ കാവേരിക്കുമൊപ്പം മലമുകളിലേക്ക് പോയി. കാവേരിയന്ന് കുട്ടിയായിരുന്നു. നോവലിന്റെ ബീജം അവിടെ നിന്ന് മുളച്ചു. പിന്നീട് തമിഴ്നാട്ടിലൂടെ നടത്തിയ യാത്രകളൊക്കെ ആ നോവലിന്റെ അകങ്ങളിലുണ്ട്. കുഷ്ഠരോഗികൾ വന്ന് തമ്പടിച്ച ദേവാലയ പരിസരങ്ങൾ ഞാൻ കണ്ടിട്ടുണ്ട്. അകത്തുകൂടെയും പുറത്തുകൂടെയും നടത്തുന്ന യാത്രകളുടെ ഫ്യൂഷനുകളാണ് ഓരോ സർഗാത്മക കൃതിയും. കുറേ സത്യങ്ങൾ, അതിലേറെ നുണകളും. നുണകളെ സത്യത്തേക്കാൾ തീവ്രമായി അവതരിപ്പിക്കുക എന്നത് മാജിക്കാണ്. ഈ മാജിക്കിൽ ബഷീറോളം വിജയിച്ചവർ വേറെയുണ്ടാവില്ല. സത്യം തേടി കഥയിലൂടെ യാത്ര ചെയ്താൽ പരാജയമായിരിക്കും ഫലം. എഴുത്തുകാരന്റെ ദേശങ്ങൾ പുറത്താവണമെന്നില്ല. അകത്താവാനാണ്

സാധ്യത. എഴുത്തു കാരന്റെ ദേശത്തെ അറിയാൻ ഭൗതികമായ യാത്രകൾകൊണ്ട് മാത്രം സാധ്യമാവില്ല. ആത്മീയമായ മറ്റൊരു സഞ്ചാരപഥം കൂടിയുണ്ട്. എഴുത്തു കാരനേക്കാൾ സന്നാഹങ്ങളുള്ള വായനക്കാരന് ആ സഞ്ചാര പഥം തെളിഞ്ഞു കിട്ടും.

എഴുത്തുകാരന്റെ ഭാവനകൾ ഉള്ളുലക്കുന്ന തീവ്രഭാവങ്ങളായി വായനക്കാർ നെഞ്ചോട് ചേർത്തു വെയ്ക്കാറുണ്ട് എന്നതും നേര്. ഖസാക്കിന്റെ ഇതിഹാസത്തിലെ ചാന്തുമുത്തു ഇപ്പോഴുമെന്റെ കണ്ണ് നനയ്ക്കുന്നു. വർഷമിത്ര കഴിഞ്ഞിട്ടും! ചാന്തുമുത്തുവിന് തന്റെ ഒരു കഥാസമാഹാരം (ഇടിവാളിന്റെതേങ്ങൽ) സമർപ്പിച്ചിട്ടുണ്ട് മാനസി എന്ന കഥാകാരി.

കാവേരിയുടെ പുരുഷനെ ഒരെഴുത്തുകാരി സ്വീകരിച്ച രീതി എന്നെ വിസ്മയിപ്പിക്കുന്നു ഇപ്പോഴും. ആ നോവലിലെ നായകൻ ഉപേക്ഷിച്ചു പോയ കാവേരിയുടെ വേദനകൾ ഏറ്റുവാങ്ങുകയും ചില നേരങ്ങളിൽ കാവേരിയാവുകയും ചെയ്യുന്നു. കാവേരീ ദു:ഖങ്ങൾ മറ്റൊരു നോവലാക്കി എഴുതുകയാണെന്നും അവൾ പറഞ്ഞു. കാവേരിയുടെ പുരുഷന് മറുപടിയായി പുരുഷന്റെ കാവേരിയെന്ന നോവൽ പിറക്കുന്നത് സ്വപ്നം കാണുകയാണ് ഞാനിപ്പോൾ. എന്റെ നോവലിലെ നെല്ലുകുപ്പമെന്ന ദേശം

അവൾ കണ്ടിട്ടില്ല. അതിനാൽ കാവേരിയായി നിന്ന് ഒരു നോവലെഴുതാൻ ഒരുപാട് ഭാവനചെയ്യേണ്ടിവരും അവൾക്ക്.

എത്ര ഭാവനചെയ്താലും ചില പ്രോട്ടോടൈപ്പുകൾ എഴുത്തിന് പിന്നിലുണ്ടാവാം. ചെന്നമല്ലീപുരം അത്തരമൊരു ദേശമാണെനിയ്ക്ക്. രണ്ട് പതിറ്റാണ്ടു മുമ്പാണ് ഗുണ്ടൽപേട്ടയ്ക്കടുത്തുള്ള ആ കർണ്ണാടക ഗ്രാമത്തിൽ ഞാൻ ചെല്ലുന്നത്. ആ ഗ്രാമത്തിൽ താമസിച്ച കാലത്താണ് ഗോപാലപുരം എന്ന ഗ്രാമം വഴി ഇബിനി ഗോപാലസ്വാമി മലയിലേക്ക് നടന്നുപോകുന്നത്. അവിടെ വെച്ചുകണ്ട മുണ്ഡനമാണ് ഭൂമിയുടെ നില വിളി എന്ന കഥ സാധ്യമാക്കിയത്.

കൃഷിയെ പ്രാർത്ഥനപോലെ കണ്ട ഗ്രാമീണരെ ഞാൻ പരിചയപ്പെട്ടു. ഇതേ കർണാടക ഗ്രാമങ്ങളിലേക്കാണ് വിദേശ വിത്തുകമ്പനികൾ അധിനിവേശം നടത്തിയത്. 'മായാപുരാണം' എന്ന നോവലിന്റെ ഇടം അതാണ്. പടിഞ്ഞാറൻ ഡക്കാനിലൂടെ നടത്തിയ യാത്രകളാണ് 'ഓർമ്മ പൊട്ടുന്ന വിത്തും' 'ചോരതുള്ളി പോലുള്ള വറ്റുകളും' 'ദൈവരൂപമുള്ള മിഠായികളും' ഒക്കെ എഴുതാനുള്ള പ്രേരണ. ദേവദാസികൾക്കും, ഹിജഡകൾക്കും, ലംബാഡികൾക്കും ഒപ്പം ചിലവഴിച്ച ദിനങ്ങൾ ഗ്രാമീണ ജീവിതത്തിന്റെ ദൈന്യവും നാടോടിത്തത്തിന്റെ സമൃദ്ധിയും എനിക്ക് കാണിച്ചുതന്നു. സഞ്ചാരപഥങ്ങൾ വലിയ വലിയ ജന്മങ്ങളെ മുഖാമുഖം

കാണാൻ എനിക്ക് അവസരം തന്നു. നക്സൽബാരിയിലെ ഹത്തിഗിസയിൽ, സന്താൾ വീടിന്റെ ചാണകം മെഴുകിയ മുറ്റത്തിരുന്ന് നക്സലൈറ്റ് പ്രസ്ഥാനത്തിന്റെ ആചാര്യനായ കനുസന്യാലുമായി സംസാരിച്ചത് മറക്കുന്നതെങ്ങനെ? നേപ്പാളികഥാസാഹിത്യത്തിലെ കുലപതിയായ ഇന്ദ്രബഹാദൂർറോയിയെ ഡാർജിലിങ്ങിൽ വെച്ച് കണ്ടതും അത്തരമൊരു ഓർമ്മയാണ്. ഔറംഗാബാദിലൂടെ നടത്തിയ യാത്രകളാണ് 'അലയുന്നവർ' എന്ന കഥയുടെ ഭൂമിക.

ബുദ്ധപഥത്തിലൂടെയും ഒത്തിരി യാത്ര ചെയ്തു. പ്രവാസികളായ തിബത്തുകാരുടെ ജീവിതം അറിഞ്ഞില്ലായിരുന്നുവെങ്കിൽ ചൈനീസ് മാർക്കറ്റും 'ഉടഞ്ഞ ബുദ്ധനും എഴുതുമായിരുന്നില്ല.' ബുദ്ധഭിക്ഷുക്കൾക്കും ഭിക്ഷുണികൾക്കും ഒപ്പം ചിലവഴിച്ച അനുഭവങ്ങൾ വർത്തമാനകാല ബുദ്ധഭാവം എനിക്ക് കാണിച്ചു തന്നു. യാത്രയില്ലാത്ത കാലം എനിക്ക് ആലോചിക്കാനേ വയ്യ.

എന്റെ ദേശസങ്കൽപം ഒരു സഞ്ചാരിയുടേതാണ്. കൃത്യമായി ഒരു ദേശവും ഞാനെന്റെ കൃതിയിൽ അടയാളപ്പെടുത്തിയിട്ടില്ല.

ജന്മദേശവും പിറന്ന വീടും കൈവിട്ടുപോയിട്ട് വർഷങ്ങളായി. വീടുവിട്ടുപോകുന്നതിന്റെ തീവ്രവേദന പലവട്ടം അനുഭവിച്ചിട്ടുണ്ട്. പിറന്ന വീട് എന്റെ കൈയിലല്ലെങ്കിലും അതിന്റെ പഴക്കത്തിൽ ഇപ്പോഴുമത് പാപ്പിനിപ്പാറയിലുണ്ട്. എന്റെ കുട്ടിക്കാലത്തിന്റെ കൈയടയാളങ്ങൾ പതിച്ചു വെച്ച ആ വീടിന്റെ ഉമ്മറത്ത് ചെന്നു നിൽക്കുമ്പോൾ ഉള്ളിലൊരു നീറ്റലാണ്. അടക്കിവെച്ച ഒച്ചയും തേങ്ങലുകളും കേൾക്കുന്നപോലെ. 'മുറിവുകളുടെ പുരാവൃത്തം' എന്ന കഥയിൽ ആ നീറ്റൽ ഇറക്കിയ്വെക്കാൻ ഞാൻ ശ്രമിച്ചിട്ടുണ്ട്. പിറന്ന വീടിനും പിറന്ന നാടിനും വല്ലാത്ത കാന്തശക്തിയുണ്ട്. യൗവനത്തിന്റെ ധാർഷ്ട്യത്തിൽ ആ കാന്തശക്തിയിൽ നിന്ന് കുതറിപ്പോകാൻ കഴിയുമെങ്കിലും ആ കാന്തം നമ്മെ വലിച്ചടുപ്പിക്കും. അത്തരം ഒരവസ്ഥയിലാണ് ഞാനിപ്പോൾ.

എം.ടി. കൂടല്ലൂരിനെക്കുറിച്ച് എഴുതിയ പോലെ, മുകുന്ദൻ മയ്യഴിയെക്കുറിച്ച് എഴുതിയപോലെ വലിയ ആഖ്യായികകളൊന്നും ഞാൻ ജന്മദേശത്തെക്കുറിച്ച് എഴുതിയിട്ടില്ല.

ഓർമ്മകളിലൂടെ ആഴത്തിലേക്ക് സഞ്ചരിക്കുന്തോറും കുടുംബവൃത്താന്തത്തിന്റെ വേരുപടർപ്പിന്റെ വൈപുല്യം എന്നെ അത്ഭുതപ്പെടുത്തുന്നു. കഥകൊണ്ട് ഒന്നും പൂർത്തിയാകാൻ പറ്റില്ല എന്ന തോന്നലുണ്ട്. വലിയ ആഖ്യായിക തന്നെ വേണ്ടിവരും. അതിനുവേണ്ട സന്നാഹങ്ങൾ ഒരുക്കുകയാണ് ഞാൻ. പക്ഷെ ഏറനാടൻ ഭാഷ കൈവിട്ടു പോയിരി

ക്കുന്നു. എല്ലാം എഴുതിത്തുടങ്ങിയാൽ ആ ഭാഷ വീണ്ടെടുത്തു തരാൻ പ്രിയപ്പെട്ട ചങ്ങാതിമാരുണ്ട്. റഹ്മാൻ കിടങ്ങയവും, രാജൻ കരുവാരക്കുണ്ടും, ടി.പി.രാമചന്ദ്രനും, ശാന്തിപ്രയാഗയുമൊക്കെ. ഏറ നാട്ടെ കാശാവലിന്റെ പൂവിന്റെ നിറം ഞാൻ മറന്നപ്പോൾ ഇന്ദ്രനീല വർണ്ണമെന്ന് ഓർമ്മിപ്പിച്ചിരുന്നു ശാന്തിപ്രയാഗ. മഞ്ചേരിയോടും പാപ്പിനിപ്പാറയോടും എന്നെ വലിച്ചടുപ്പിക്കുന്ന ഒരുപാട് പേരുണ്ട്. അവ രുടെ സ്നേഹം വീർപ്പുമുട്ടിക്കാറുണ്ട് 'സുരേ' എന്നു മാത്രം വിളിക്കുന്ന ശിവശങ്കരൻമാഷ്, ഏറനാടിന്റെ ആഴമേറിയ സ്മൃതികൾ കുഴിച്ചെടുക്കാൻ ശ്രമിക്കുന്ന സെബാസ്റ്റ്യൻ വലിയകാല, നോവലെഴുതാനായി എന്നെ ശാസിച്ചുകൊണ്ടിരിക്കുന്ന കേശവൻനായർ, പിന്നെ മുഹദലി മാഷും അനിയേട്ടനും ദേവേട്ടനും ഷുക്കൂറും..... അങ്ങനെ എത്രയോ പേർ. പാപ്പിനിപ്പാറയിൽ എന്നെ കുഞ്ഞാ എന്നാണ് വിളിക്കുക. സഹൃദയ ക്യാമ്പിൽ സുഹൃത്തുക്കൾക്കൊപ്പം നിൽക്കുമ്പോൾ എന്റെ ചുമലിൽ തൊട്ട് കുഞ്ഞാ എന്നു വിളിക്കുന്നത് രണ്ട് പേരാണ്. എന്റെ പ്രിയപ്പെട്ട ഏട്ടേട്ടൻ ദാമോദരനും പിന്നെ ബാലുവും. റഹ്മാനും രാജനുമൊക്കെ എന്നെ സുരേട്ടാ എന്നേ വിളിക്കൂ. ശാന്തിപ്രയാഗയോട് പക്ഷെ ഞാൻ ചോദിച്ചി ട്ടുണ്ട്. നിനക്കെന്നെ കുഞ്ഞേട്ടാ എന്നു വിളിച്ചു കൂടേയെന്ന്. എന്റെ ജന്മ ദേശത്തിന്റെ ഒത്തിരി ഗന്ധങ്ങൾ നിറഞ്ഞ കഥകൾ എഴുതിയതു കൊണ്ടാണ് രാജൻ കരുവാരകുണ്ടും, റഹ്മാൻ കിടങ്ങയവും ശാന്തി പ്രയാഗയുമൊക്കെ എനിക്ക് പ്രിയപ്പെട്ടവരായി മാറിയത്. അവരുടെ കഥകളെക്കുറിച്ച് ലോകത്തോട് പറയാൻ അവസരം നൽകിയ സെബാസ്റ്റ്യൻ വലിയകാലയോട് നന്ദിയുണ്ടെനിക്ക്.

ഏതെങ്കിലും ഒരു ദേശത്തിന്റെ തടവുകാരനായി എഴുത്തുകാരൻ മാറിക്കൂട എന്ന വിശ്വാസക്കാരനാണ് ഞാൻ. ദേശാടനം നടത്തുന്ന, ഡക്കാനിലെ നാടോടി വർഗ്ഗമായ ലംബാഡികൾ എന്നെ വല്ലാതെ ആകർഷിച്ചിട്ടുണ്ട്. ലംബാഡിപ്പെണ്ണിനെ കല്യാണം കഴിച്ച് അവളുടെ വസ്ത്രത്തിലെ കണ്ണാടിയിൽത്തെളിയുന്ന സൂര്യശോഭ മാത്രം കണ്ട് ഡക്കാൻ വെയിലിലൂടെ യാത്രചെയ്യുന്നതിനെക്കുറിച്ച് കിനാവുകാണാനേ പറ്റൂ. ഒരുപാട് ജന്മങ്ങളിൽ വിശ്വാസമുണ്ടായിരുന്നെങ്കിൽ ലംബാഡി കളുടെ വംശത്തിൽ പിറക്കണമെന്ന് ആവശ്യപ്പെടാമായിരുന്നു. വീട് വിട്ടു പോകുമ്പോൾ വീട് തീവ്രമായി മടക്കി വിളിക്കും. വീട്ടിൽ പാർക്കു മ്പോഴോ അനന്തദൂരങ്ങളിലേക്ക് പോകുന്ന നടപ്പാതകൾ മോഹിപ്പി ക്കുകയും ചെയ്യും.

പൊറുതികേടുകളാണ് നമ്മെ യാത്രികരാക്കി മാറ്റുന്നത് അല്ലേ?

ചൈനീസ് എഴുത്തുകാരനായ ലൂഷുൺ ഈച്ചകളെക്കുറിച്ച് എഴുതിയത് എവിടെയോ വായിച്ചിട്ടുണ്ട്. കൈത്തണ്ടയിൽ വന്നിരിക്കുന്ന ഈച്ചയെ നമ്മൾ ആട്ടി വിട്ടാൽ ഒന്ന് വട്ടം ചുറ്റി അത് അവിടെത്തന്നെ വന്നിരിക്കും. ഒരു ദേശത്തിന്റേയും തടവുകാരനല്ലെന്ന് പറയുമ്പോഴും പാപ്പിനിപ്പാറ എന്ന ജന്മദേശം അതിന്റെ കാന്തശക്തിയിലേക്ക് എന്നെ വലിച്ചടുപ്പിക്കുന്നുണ്ട്. എല്ലാ വലിയ യാത്രകൾക്കുശേഷവും പാപ്പിനിപ്പാറയിലേക്ക് ചെല്ലാൻ ആഗ്രഹിക്കുന്നു. ഒരുപക്ഷെ മലയാളപ്പച്ചയുടെ

എല്ലാ ഭാവങ്ങളും പാപ്പിനിപ്പാറയിൽ നിന്നുതന്നെ കണ്ടതുകൊണ്ടാവാം. അതിനാൽ കേരളത്തിലെ ഋതുഭേദങ്ങളിലൂടെയുള്ള യാത്രകൾ മിക്ക വാറും പാപ്പിനിപ്പാറയിലൂടെയുള്ള യാത്രകളാണെനിയ്ക്ക്.

കടങ്കഥയിലെ വീട്

കറുകമണ്ണിൽമേലോട്ടിൽ എന്നു പേരുള്ള ആ പഴയവീട് ഇപ്പോഴില്ല. നാലുകെട്ട് പൊളിച്ചുമാറ്റി പുതിയ വീട് പണിതുവെന്ന് കേട്ടിരുന്നു. അസാധാരണമായ ഗന്ധങ്ങളും ശബ്ദങ്ങളും വഴിയുന്ന ദുരൂഹമായ പച്ചപ്പിനിടയിൽ പ്രാചീന കേരളീയ ഗൃഹാകാരത്തിന്റെ ഫാന്റസിക്കു പകരം, വിസ്മയിപ്പിക്കാത്ത കോൺക്രീറ്റ് യാഥാർത്ഥ്യം എനിക്കു വേണ്ട. എനിക്കുള്ളിൽ ആ പഴയ വീട് അതിന്റെ ഇരുളും, കിളിവാതിലിലൂടെ വന്നു വീഴുന്ന സൂര്യചതുരങ്ങളുമായി അങ്ങനെ നിലനിൽക്കട്ടെ. കൗമാരത്തിലെത്തിയതിന് ശേഷം ഞാൻ പിന്നങ്ങോട്ട് പോയിട്ടില്ല. കൂട്ടിലങ്ങാടിയിൽ നിന്ന് വയലും കുന്നും താണ്ടി നീണ്ട മുളയഴികൾ പാകിയ കടായ കടന്ന് കറുകമണ്ണിൽ മേലോട്ടിലെ മുറ്റത്തെത്തിയ ദിനം ഇന്നുമോർക്കുന്നു. പപ്പമാമ മണിയമ്മായിയെ കല്ല്യാണം കഴിച്ചശേഷം വിരുന്നിന് പോകുമ്പോൾ ഞാനും കൂടെയുണ്ടായിരുന്നു. അന്നെനിക്ക് എട്ടു വയസ്സ്. മുറ്റത്തേക്കുള്ള വഴിയോരങ്ങളിൽ പ്രകൃതിയുടെ ജൈവശിൽപങ്ങളായ പാറകൾ ഉയർന്നു നിന്നിരുന്നതുമോർക്കുന്നു.

ആ വീട് എന്റെ ബാല്യത്തിന്റെ വിസ്മയമായിരുന്നു. ഭൂമിയേയും ജീവിതത്തേയും കുറിച്ചുള്ള ആദ്യത്തെ അറിവുകളായിരുന്നു. മരങ്ങളുടേയും കുരുവികളുടെയും പൂമ്പാറ്റകളുടെയും ഈശ്വരൻ എന്റെ ചെവിയിൽ ഒച്ചയൊതുക്കിപ്പറഞ്ഞ നാടോടിക്കഥ.

ഒരുപാട് അറകളുണ്ടായിരുന്നു ആ വീടിന്. ഓരോ അറയിലും ഓരോ സ്നേഹം. ഒഴിഞ്ഞ ചാന്തുകുപ്പികൾ എടുത്തുതരുന്ന... കാരിരുമ്പിന്റെ കരുത്തുള്ള കൈകൾ തൂങ്ങിയാടാനുള്ള മരക്കൊമ്പാക്കിത്തരുന്ന... മാറിലേക്ക് മുഖം പിടിച്ചമർത്തി നെറുകയിൽ ചുംബിക്കുന്ന... പഴംപുരാണങ്ങൾ പറഞ്ഞുതരുന്ന...അങ്ങനെ ഒരുപാട് സ്നേഹം. ആ സ്നേഹം തേടിയാവണം ഒഴിവുകാലങ്ങളിൽ ഞാൻ കറുകമണ്ണിൽ മേലോട്ടിലേക്ക് ചെന്നത്.

അതെന്റെ തറവാടായിരുന്നില്ല. മണിയമ്മായിയുടെ വീടായിരുന്നു.

പുറംലോകത്തേക്ക് പാതകൾ തുറന്നു കിട്ടാത്തതിനാൽ മൗഢ്യവും നിഷ്ക്കളങ്കതയും പിന്നെ ഒരുപാട് ദൈവികാനുഭവങ്ങളും ആ വീടിനെ പൊതിഞ്ഞുനിന്നു. വണ്ണാത്തി അലക്കിയ മുണ്ടിന്റെ ചൂരുള്ള കിടക്കകളും കൈതപ്പൂവിന്റെ ഗന്ധമുള്ള സ്ത്രീകളുമുണ്ടായിരുന്നു ആ വീട്ടിൽ.

എക്സിമയിലൂടെ തന്നിലേക്ക് ഉൾവലിഞ്ഞ്, ലോകത്തെ അവന വനുവേണ്ടി മാത്രം വിവർത്തനം ചെയ്യുന്നതുപോലെ, തൂണുചാരിയിരുന്ന് പിറുപിറുക്കുന്ന ഒരു മുത്തച്ഛൻ... സ്കൂൾ വിട്ടുവരുമ്പോഴേക്കും തളർന്ന് തലവേദന നടിച്ച് കിടക്കാറുണ്ടായിരുന്ന അമ്മിണിയേട്ടത്തി... ആഹ്ലാദം കൊണ്ടും ദു:സ്വപ്നം കൊണ്ടും ഉന്മാദത്തോളം ചെന്നെത്തിയ ഉണ്ണ്യേട്ടൻ... പോലീസുകാരന്റെ കാർക്കശ്യം മുഴുവൻ ചിരിയിലൂടെ ഒഴുക്കിക്കളഞ്ഞ ബാലേട്ടൻ... അപൂർവ്വമായി മാത്രം സംസാരിക്കുന്ന ചിന്നകുട്ടേട്ടൻ. വിയർപ്പിൽ കുതിർന്ന ശരീരത്തിലെ ചുണങ്ങ് ഒമയാൻ തുടങ്ങുമ്പോൾ ചന്ദ്രിക സോപ്പിനുവേണ്ടി പരക്കം പാഞ്ഞിരുന്ന കുട്ടേ ട്ടൻ... എപ്പോഴും ചിരിക്കുന്ന മണിയമ്മായി. പിന്നെ, ചിന്നമ്മേടത്തിയും. കവിളിൽ കാക്കപ്പുള്ളിയുള്ള ചിന്നമ്മേടത്തി. പെൺമക്കളിൽ മൂത്തവൾ. ജ്വലിക്കുന്ന സൗന്ദര്യമുണ്ടായിട്ടും അന്ന് വിവാഹിതയായി കഴിഞ്ഞവൾ (യൗവ്വനം അനാഥമായിപ്പോയതിന് ശേഷം അവർ വിവാഹിതയായതു മറിഞ്ഞിരുന്നു). കറുകമണ്ണിൽ മേലോട്ടിലെ അറകൾ അവരൊക്കെയായി രുന്നു.

ആ വീടിന്റെ ഘടനപോലും എന്റെ വിസ്മയമായിരുന്നു. തളത്തിൽ നടുമുറ്റത്തിന്റെ വക്കിൽ നിന്നാൽ മഴവെള്ളം കൈയിലെടുക്കാം. നടു മുറ്റത്തിന് മുകളിലെ ചതുരൻ തുറസ്സ് പെരുമഴയെ മുഴുവൻ ആവാഹിച്ച് നടുമുറ്റത്തിന്റെ ഓവിലൂടെ അപ്രത്യക്ഷമാക്കിയിരുന്നു. ആ തുറസ്സിലൂ ടെയാണ് ആകാശത്തിന്റെ അത്ഭുതങ്ങളിൽ നിന്ന് ഇടിവാൾ പിടഞ്ഞു വീണ് എന്നെ പേടിപ്പിച്ചിരുന്നത്. ജന്മപരമ്പരകൾക്കപ്പുറത്തു നിന്ന് വന്ന പ്രേതാത്മാക്കൾ എപ്പോഴും വീടിനെ ചുറ്റി നടന്നിരുന്നു. ചോലവെള്ള ത്തിലെ തവിട്ടുനിറമായി, പച്ചത്തഴപ്പുകൾക്കിടയിൽനിന്നുള്ള ഹുങ്കാര മായി, ചെളിയിൽ അമർന്നു കിടക്കുന്ന ചിലതരം കാൽപ്പാടുകളായി ആ പ്രേതാത്മാക്കളെ കാണിച്ചു തന്നിരുന്നു ഗോവിന്ദൻ. വിട്ടങ്ങളിൽ നിറയെ ഗർഭശിശുക്കളായി വെള്ളരിക്കകൾ നിദ്രകൊണ്ടു. ചിലരാത്രികളിൽ ചിമ്മിനി വിളക്കിൽ നിന്നുവരുന്ന വെളിച്ചത്തിന്റെ സവിശേഷമായ വിന്യാസത്തിൽ ആ ശിശുക്കൾ എന്നെ പേടിപ്പിച്ചിരുന്നു.

കറുകമണ്ണിൽ മേലോട്ടിലെ നാൽക്കാലികളെ മേക്കുന്ന ജോലി യായിരുന്നു ഗോവിന്ദന്. പച്ചപ്പടർപ്പിലെ ഗന്ധങ്ങളുടെയും ശബ്ദങ്ങളു

ടെയും ആഴമറിയാമായിരുന്നു ഗോവിന്ദന്. ചിലതരം ജൈവ പ്രതിഭാസങ്ങളുടെ സമസ്യകൾ അവൻ പൂരിപ്പിച്ചുതന്നിരുന്നു. അവന്റെ ഓരോ ചൂളംവിളിക്കും ഇരുണ്ട പച്ചയുടെ ആഴത്തിൽ നിന്ന് പ്രതികരണ മുയർന്നിരുന്നുവെന്നും ഞാനോർക്കുന്നു. കാരയും പുല്ലാനിയും വളർന്ന മേടകളിലൂടെ കാലികളെ തെളിച്ചു നീങ്ങുമ്പോൾ അവനെന്നും ഒരു അസം ബന്ധ കവിത ആലപിച്ചിരുന്നു.

ആറ് കോഴി
അറുപത് കോഴി
ആകെ മുപ്പത്താറ് കോഴി
ചങ്ക്ല്മാന്തിക്കെന്റെ മുമ്പില്
കുമ്പിടും കോഴി

(ചങ്കില്മാന്തി അവന്റെ സംക്രാന്തി. ചില സംക്രാന്തികളിൽ അവന്റെ വീട്ടിൽ ഇറച്ചിയും കള്ളും പ്രേതാത്മാക്കൾക്ക് നേദിച്ചിരുന്നു. അനാഥരായി ചുറ്റിനടന്ന പ്രേതാത്മാക്കൾ സ്പർശിക്കുമ്പോഴാവണം ഉന്മാദത്തിന്റെ വിദൂര ലക്ഷണങ്ങൾ ഉണ്ണ്യേട്ടൻ പ്രദർശിപ്പിച്ചത്. തറവാട് പൊളിച്ചതോടെ പ്രേതാത്മക്കളെല്ലാം വേറൊരു ലോകത്തെ പച്ചക്കൂടാ രങ്ങൾ തേടി പൊയ്ക്കാണണം. അതിൽപ്പിന്നെ ഉണ്ണ്യേട്ടന് പൂർണ്ണമായി

വിശ്രാന്തി കൈവന്നുവെന്നും കേട്ടു.)

യൗവനത്തിൽ നിന്ന് ബാല്യത്തിലേക്ക് ചുരുങ്ങി കുട്ടികളോടൊത്ത് കളിക്കാൻ വരുമായിരുന്നു ഉണ്ണ്യേട്ടൻ. വീട്ടിൽ കപ്പ പുഴുങ്ങുമ്പോൾ അതിന്റെ തൊലി കൊണ്ടിടുന്ന സ്ഥലത്ത് അണ്ണാറക്കണ്ണന്മാർ വരും. അവയെ കെണിവെച്ച് പിടിച്ച് ഇറച്ചിയുണ്ടാക്കും ഉണ്ണ്യേട്ടൻ. പണിക്കാരികൾ പോലും അത് പാകം ചെയ്യാൻ വിസമ്മതിക്കുമ്പോൾ ചിന്നമ്മേടത്തിയുടെ ചിരി സഹായത്തിനെത്തും. എന്തിനും ചിന്നമ്മേടത്തിയുണ്ടായിരുന്നു. നെല്ല് വേവിക്കുമ്പോൾ അതിലിട്ട് കപ്പ പുഴുങ്ങിത്തരാനും കൊട്ടത്തേങ്ങ കൊണ്ട് പലഹാരങ്ങൾ ഉണ്ടാക്കിത്തരാനും ഒക്കെ. ഉപാധികളില്ലാത്ത സ്വാതന്ത്ര്യമാണ് അവർ അനുവദിച്ചത്. (ഒരണ്ണാൻ കെണിയിൽ കുരുങ്ങുമ്പോൾ വൃക്ഷങ്ങൾക്ക് മുകളിൽ നിന്ന് മറ്റ് അണ്ണാന്മാർ വാവിട്ട് കരയുന്നത് ഇപ്പോഴും ചെവിയിൽ മുഴങ്ങുന്നു. എന്നിട്ടും അവയൊക്കെ ഏതെങ്കിലും ഒരു ദിവസം കെണിയുടെ ആകർഷണത്തിൽ അകപ്പെടുമ്പോൾ ഉണ്ണ്യേട്ടന്റെ ഭ്രാന്തൻ ചിരി മുഴങ്ങും).

ചിന്നമ്മേടത്തിയാണ് എനിക്ക് തട്ടിൻപുറം കാണിച്ചുതരുന്നത്. കൊട്ടത്തേങ്ങ സൂക്ഷിച്ചിരുന്നു അവിടെ. അതെടുക്കാനാണ് ഞാനവർക്ക് കൂട്ടിന് പോയിരുന്നത്. തട്ടിൻപ്പുറത്തെ കഴുക്കോലുകളിൽ നിറയെ നരിച്ചീറുകൾ തൂങ്ങിയാടിയിരുന്നു. ഇരുട്ടിൽ അവയുടെ കൺതിളക്കം സ്വപ്നക്കാഴ്ചയായി. അവയുടെ ചിറകടിയും കരച്ചിലും പ്രേതലോകത്തിന്റെ ശബ്ദങ്ങളായിരുന്നു.

കുളിക്കാനായി ചോലയിലേയ്ക്ക് കൂട്ടിക്കൊണ്ട് പോയിരുന്നതും ചിന്നമ്മേടത്തിയാണ്. വീട്ടുമുറ്റത്തു കുഴിച്ച കിണറുകളൊക്കെയും വരണ്ടുകിടന്നപ്പോഴും വീടിന് അൽപം ദൂരെ പാറയിടുക്കിലൂടെ പുറത്തു വന്ന ജലത്തിന്റെ കിനിവുകൾ ആ തറവാടിനെ അനുഗ്രഹിച്ചിരുന്നു. കുടിക്കാനും കുളിക്കാനും കാലികളെ കഴുകാനും ഓരോ ചോലകൾ. ഏതുകാലത്തും ചോലകൾക്ക് ചുറ്റുമായി വെളിച്ചേമ്പുകൾ തഴച്ചു. പ്രകൃത്യാ രൂപംകൊണ്ട കരിങ്കൽത്തൊട്ടിയിലായിരുന്നു കുടിക്കാനുള്ള വെള്ളം വന്നുവീണിരുന്നത്. അതിനും താഴെ കുളിക്കാനുള്ള വലിയ ചോല. എല്ലാ ചോലകൾക്കുമടിയിൽ പരന്ന പാറകളായിരുന്നു. ചിലപ്പോൾ ഉണ്ണിയേട്ടൻ കുളം വൃത്തിയാക്കും. വെള്ളത്തിൽ ഉണ്ണ്യേട്ടൻ മുങ്ങുമ്പോൾ പിശാചുബാധിച്ചതുപോലെ ജലം വറ്റിത്തുടങ്ങും. ആ വെള്ളം എവിടേക്ക് ഒഴുകിപ്പോകുന്നുവെന്നറിയില്ല. താഴെ മറ്റേതോ ചോലയിൽ ചെന്നെത്തുമെന്ന് ഉണ്ണിയേട്ടൻ പറയും. ജലംവറ്റി അടിത്തട്ടിലെ പാറ വെളിവാവും. ആ പാറയിൽ മത്സ്യങ്ങളുടെ അശാന്തമായ പിടച്ചിൽ...

ചിന്നമ്മേടത്തി കുളിക്കുമ്പോൾ കുളക്കടവിലെ പാറയിൽ ഞാൻ കൊറ്റിയായി ധ്യാനിച്ചു. ഏറെ നേരം കണ്ണടച്ച് വീണ്ടും കണ്ണുതുറക്കുമ്പോൾ വെള്ളത്തിൽ നിന്ന് ഏതോ നാടോടിക്കഥയിലെ ജലകന്യക ഉയിർത്തുവരും. (ഏറെവർഷങ്ങൾ കഴിഞ്ഞ് ഒരു രാത്രി ഞാൻ ചോലകളുടെ കണ്ണാടിയിൽ ചിന്നമ്മേടത്തിയുടെ മുഖം പടരുന്നത് സ്വപ്നം കണ്ടു. അങ്ങനെ ഞാൻ 'കടങ്കഥ യിലെ ജീവിത'മെഴുതി . ആ

കഥയിൽ ഗോവിന്ദൻ നീലാണ്ടനായി.)

അന്ന് കുട്ടികളില്ലാതിരുന്ന ആ വീട്ടിൽ ചിന്നമ്മേടത്തി എന്നെ കെട്ടിയിടാൻ ശ്രമിച്ചിരുന്നു. സ്നേഹം കൊണ്ടും സ്വാതന്ത്ര്യം കൊണ്ടും! എന്നിട്ടും ഒരിക്കൽ അവിടെ നിന്ന് ഓടിപ്പോകുമെന്ന് ഭീഷണി മുഴക്കിയിട്ടുണ്ട് ഞാൻ. ഒരിക്കൽ, മഴക്കാലത്തു വന്ന റംസാൻ വെക്കേഷനാണ് ഞാനവിടെ പാർക്കാൻ ചെന്നത്. കൂട്ടിലങ്ങാടിയിലേക്ക് പോകുന്നതിന് മുമ്പ് ഒരു പനിനീർക്കൊമ്പ് പാപ്പിനിപ്പാറയിലെ ഞങ്ങളുടെ വീട്ടുമുറ്റത്ത് നട്ടിരുന്നു ഞാൻ. കറുകമണ്ണിൽ മേലോട്ടിലെ ചാരുപടിയിലിരുന്ന് ഒരു ദിനം മഴയോട് സംസാരിക്കവെ എന്റെ പനിനീർച്ചെടി വളർന്നതും പൂവിട്ടതും കിനാവുകണ്ടു. ആ ചെടി കാണാൻ എനിക്ക് ധൃതിയായി. പാപ്പിനിപ്പാറയിലേക്ക് മടങ്ങണമെന്ന് പറഞ്ഞപ്പോൾ ചിന്നമ്മേടത്തി വിട്ടില്ല. ഒടുവിലായിരുന്നു ചാടിപ്പോകുമെന്ന ഭീഷണി. അത് ഫലിച്ചു. ഉണ്ണിയേട്ടന്റെ കൂടെ ഞാൻ മടങ്ങി.

വീട്ടുമുറ്റത്ത് തെങ്ങിൻ ചുവട്ടിൽ എന്റെ പനിനീർച്ചെടി. ഇറ്റാർ വെള്ളം വീണ ചരൽക്കുഴിയിൽ മുരടിച്ച രണ്ടോ മൂന്നോ ഇലകളുമായി നിൽക്കുന്ന അതിന്റെ ദൈന്യം.

ഞാൻ ആ പനിനീർക്കൊമ്പ് പിഴുതെടുത്തു. അതിന്റെ ഒറ്റവേരും മണ്ണിലാഴ്ന്നിരുന്നില്ല. ഇതെന്റെ ദുരന്തമായിരിക്കണം. പിന്നീടൊരിക്കലും ഞാൻ നട്ട പനിനീർച്ചെടികൾ വളർന്നിട്ടില്ല. പൂത്തിട്ടുമില്ല.

ഇത്രയും എഴുതിയപ്പോഴാണ് ഓർത്തത്. ഒറ്റ സംഭാഷണവും വാർന്നു വീണിട്ടില്ലല്ലോ. കാൽ നൂറ്റാണ്ടിനപ്പുറത്തെ സംഭാഷണങ്ങളൊക്കെ അതിന്റെ ഉണ്മയിൽ ചുറ്റിപ്പടർന്ന് കിടപ്പാണ്. വേർപ്പെടുത്തിയാൽ കഥയുടെ അലിഗറിയോ ഫാന്റസിയോ മാത്രമാവും ആശയം. വേണ്ട, അതുവേണ്ട. എനിക്ക് പറയാനുള്ളത് കഥയല്ലല്ലോ!

പെരുമഴയിലൂടെ

ഓട്ടുമ്പുറത്തു നിന്നിറ്റിറ്റു വീഴുന്ന വെള്ളം നടുമുറ്റത്തെ മണലിൽ കുഴിയുണ്ടാക്കിയിരുന്നു. ഡ്രിപ്ഡ്രിപ് ഡ്രിപ് എന്ന് അതൊരു വാകയിലയിൽ വീണുകൊണ്ടിരുന്നു. വാകയില തലകുനിക്കും. പിന്നെയും ഉയർത്തും. പേമാരിതീർന്നിരുന്നു. കാറ്റ് ഇടയ്ക്കിടെ മാതളച്ചെടിയുടെ കൊമ്പുപിടിച്ചു കുലുക്കും. അപ്പോൾ അതിന്റെ ചോട്ടിൽ ചെറിയൊരു മഴപെയ്യും. നിലത്ത് വൈരബിന്ദുക്കൾ പതിയും. മറു നിമിഷം തന്നെ മണലിൽ പുതഞ്ഞു പോവുകയും ചെയ്യും. മഴ പെയ്തു കൊണ്ടിരിക്കെ കോഴികൾ, ഉറങ്ങുമ്പോഴെന്നപോലെ ചുരുണ്ടുകൂടി നിൽക്കുകയായിരുന്നു. ഇപ്പോൾ അവ ചിറകുവിരുത്തി മുറ്റത്തേക്കു ചാടിയിറങ്ങി, മഴയിൽ കുതിർന്ന മണ്ണിൽ തലപൊക്കിയ ഞാഞ്ഞൂളുകളെ കൊത്തിത്തിന്നുകയാണ്. വെയില് കല്ലുകളിൽ വെട്ടിത്തിളങ്ങി. എമ്പാടും വർണ്ണം വാരി വിതറി മണ്ണിലെ വെള്ളം കുടിച്ചു വറ്റിച്ചു. ഇലകളിൽ കളിയാടിയിരുന്ന ഇളം കാറ്റോടു കൂത്താടി...

രാത്രി വീണ്ടും മഴപെയ്തു. അവൻ കുറേനേരം വെള്ളത്തിന്റെ മേളം കേട്ടുകൊണ്ട് കിടന്നു. പിന്നെ ഉറങ്ങിപ്പോയി. വീണ്ടുമുണർന്നപ്പോൾ നനുത്ത ചാറലിന്റെ പതിഞ്ഞ ഒച്ചയേ കേൾക്കാമായിരുന്നുള്ളൂ. ജനാലച്ചില്ല് നനഞ്ഞ് മിനുങ്ങിയിരുന്നു. വലിയ വെള്ളത്തുള്ളികൾ കണ്ണീരുപോലെ ഒലിച്ചിറങ്ങിയിരുന്നു.......

(പെഡ്രോ പരാമോ- ഹുവാൻ റൂൾഫൊ) വിലാസിനിയുടെ പരിഭാഷ)

പെഡ്രോ പരാമൊവിലെ മഴവർണ്ണനകൾ വായിക്കുമ്പോഴൊക്കെ ഹുവാൻ റൂൾഫൊ എഴുതുന്നത് മെക്സിക്കൻ മഴയെപ്പറ്റിയാണെന്ന് തോന്നിയിട്ടേയില്ല. റൂൾഫൊവിന്റെ ആഴമേറിയ വിഷാദം തങ്ങിനിൽക്കുന്ന കണ്ണുകൾ ഭൂഖണ്ഡങ്ങളേയും സമുദ്രങ്ങളേയും താണ്ടി സഞ്ചാരം നടത്തിയിട്ടുണ്ടെന്നും കേരളത്തിലെ മഴ അദ്ദേഹം കണ്ടിട്ടുണ്ടെന്നും എനിക്കുതോന്നിയിരുന്നു. കേരളീയ ഗൃഹത്തിന്റെ ഉമ്മറപ്പടിയിലിരുന്നാണ് റൂൾഫൊ മഴ കണ്ടതെന്നും!

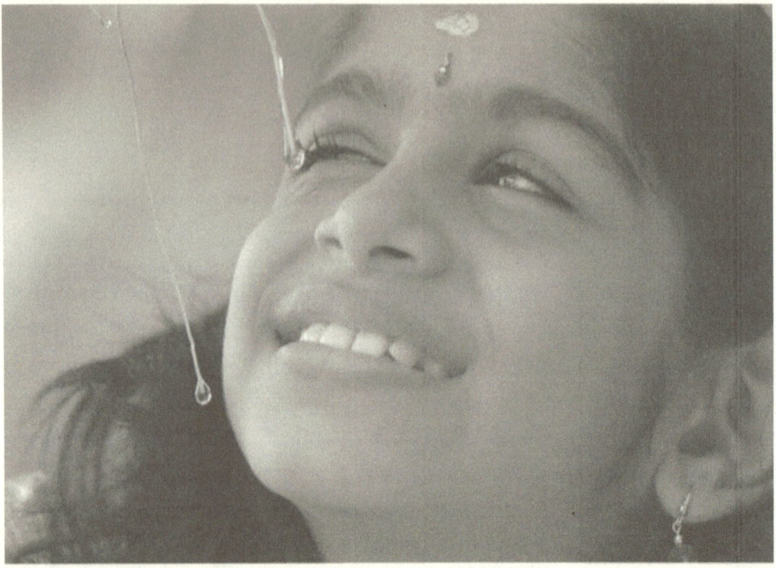

ഉഷ്ണക്കൂടിലിരുന്ന് വിയർത്തും പുഴുകിയും നീണ്ട വേനലിന്റെ ഒടുക്കമെത്തിയപ്പോഴേക്കും ഇത്തവണ മലയാളി ശരിക്കും തളർന്നു പോയിട്ടുണ്ട്. മഴയെയല്ലാതെ മറ്റെന്തിനെയാണ് വേനലിൽ ഉരുകിത്തി ളയ്ക്കുമ്പോൾ നമുക്ക് കിനാവു കാണാനുള്ളത്. വീടുവെക്കാൻ കൊള്ളാത്ത താഴ്ന്നസ്ഥലങ്ങളിൽ തന്നെ വീടുവെച്ച് മഴയെ ശപിക്കുന്ന ദുരിതം നിറഞ്ഞ ജീവിതങ്ങൾ കേരളത്തിന്റെ ഓരങ്ങളിലുണ്ടെങ്കിലും മഴയെ ആശ്രയിക്കാതെ നമ്മുടെ സമ്പദ് വ്യവസ്ഥയ്ക്ക് നിലനിൽപ്പില്ല.

ഒരുപാട് മഴക്കാഴ്ച്ചകൾ കേരളത്തിൽ നിന്ന് അപ്രത്യക്ഷമായി ട്ടുണ്ട്. മഴവെള്ളം നിറഞ്ഞുകിടക്കുന്ന വയലുകളുടെ കാണാപ്പരപ്പു കണ്ടില്ല. കുത്തിയൊഴുക്കുള്ള തോടുകൾ അപ്രത്യക്ഷമായിക്കൊണ്ടിരി ക്കുന്നു. മെലിഞ്ഞുപോകുന്ന പുഴകളിൽ കൊങ്ങൻ വെള്ളത്തിന്റെ രൗദ്ര ഭാവങ്ങളില്ല. തോട്ടിൻ കരയിലും വയൽവരമ്പിലും കുളക്കരയിലുമിരുന്ന് ഉള്ളുകാണിച്ചുതരാത്ത പുതുവെള്ളത്തിൽ ചൂണ്ടയിടുന്ന കുട്ടികളും മായുന്ന മലയാളക്കാഴ്ചകളുടെ ഭാഗമാണ്. കുട്ടികൾക്കിപ്പോൾ മഴയെ പേടിയാണ്. പനിപ്പേടിയിൽ വിറയ്ക്കുന്ന കേരളമാണിത്. പണ്ടൊക്കെ മഴക്കാലപ്പനി രസമായിരുന്നു.

ചുക്കുകാപ്പികുടിച്ച് മൂടിപ്പുതച്ചുറങ്ങാം. ഉപ്പുമാങ്ങവെള്ളത്തിൽ കാന്താരിമുളക് ചാലിച്ച് വായിലെ കയ്പു മാറ്റാം. ഇപ്പോൾ പനിപോലും

മരണം വിതച്ച് പേടിപ്പിക്കുകയാണ്. പനിയിൽ പെറ്റുപെരുകുന്നത് കൊതുകാണ്. കൊതുക് മൂളിമൂളിപ്പടർത്തുന്നത് ചിക്കുൻ ഗുനിയയാണ്... ഡെങ്കിയാണ്...

എന്റെ വീടിന്റെ പടിഞ്ഞാറു ഭാഗത്തെ വയലുകളിൽ ഇത്തവണ കൃഷിയിറക്കിയിട്ടില്ല. കുന്നിടിച്ച് നികത്താൻ കാത്തുകെട്ടിക്കിടക്കുക യാണവ.

മുമ്പൊക്കെ ഇടവപ്പാതിയാകുന്നതോടെ ഞാറ്റുകണ്ടങ്ങൾ സജീവമായിരുന്നു. പെണ്ണുങ്ങളുടെ നിർത്താത്ത സംസാരം പെരുമഴ യൊച്ചയിൽ മൂടിപ്പോയിരുന്നു. കുണ്ടൻ കുടയിൽ കുനിഞ്ഞ് നിന്നാണ് അവർ ഞാറു നടുക. കുണ്ടൻ കുടയുടെ (ഇത് കുടപ്പന ഓലകൊണ്ടാണ് നിർമ്മിക്കുക) മോളിൽ വീഴുന്ന മഴത്തുള്ളികളുടെ താളത്തിനൊപ്പമാണ് അവർ കുഞ്ഞിക്കന്നിയുടെ ജീവിതം പാടിത്തീർക്കുക.

താളിയും തേച്ചു മെഴുക്കിളകി
താണ കടവിൽ കുളിച്ചു കന്നി
ഉയർന്ന കടവേറി തോർത്തുന്നുണ്ട്
അവിടുന്നു പോന്നവൾ തിരുനടയ്ക്കു.....

ചെളിനിറഞ്ഞ വയൽ വരമ്പിൽ പെരുമഴയത്തു കുടചൂടിനിന്ന് ഈ പാട്ടുകേൾക്കുക രസമായിരുന്നു. പെരുമഴമൂടിയ കണ്ടങ്ങൾ കാള കളെക്കൊണ്ട് ഉഴുതുമറിക്കുന്ന കാഴ്ചകളും മ്യൂസിയം ചിത്രങ്ങളായി മാറി ക്കഴിഞ്ഞു.

ഞണ്ടുകളും ഞവുഞ്ഞികളുമൊക്കെ മഴയുടെ വരവ് കാലേക്കൂട്ടി തിരിച്ചറിയുന്നത് എന്നെ അത്ഭുതപ്പെടുത്തിയിട്ടുണ്ട്. വേനലിൽ കട്ടവീണ വയലുകളിൽ അവ ചത്തൊടുങ്ങാത്തതും വിസ്മയമായിരുന്നു. വയലുകളിലെ ആഴമേറിയ മാളങ്ങളിൽ അവ ഒളിച്ചിരിക്കയാവണം. കാലവർഷാരംഭത്തിലെ ഇടിയൊച്ചകളും മിന്നലുകളും മഴയുടെ വരവറി യിച്ച് മാളങ്ങളുടെ വാതിൽക്കൽ ചെന്ന് മുട്ടി വിളിക്കുന്നതോടെ അവ വരമ്പുകളിൽ പ്രത്യക്ഷപ്പെടുകയായി. വരമ്പിലെ ഇളംപുല്ലിന്റെ മരത കപ്പച്ചയിലൂടെ ഞണ്ടുകൾ ഓടുന്നത് കാർഷികസംസ്കൃതിയുടെ സൂക്ഷ് മമായ ദൃശ്യപരമ്പരകളിലൊന്നാണ്. വരമ്പിലൂടെ ഞണ്ടിനെ ഓടിക്കുന്നത് മഴക്കാല വിനോദമായിരുന്നു.

പുൽക്കൂടുകളിൽ ഞവുഞ്ഞി (ഒച്ചുവർഗ്ഗത്തിലെ ജലജീവി.) ധ്യാനിച്ചിരിക്കുന്നത് മുട്ടയിടാൻ വേണ്ടിയാണെന്ന് ഞങ്ങൾക്കറിയാമാ യിരുന്നു. കുറച്ചുനാൾ കഴിഞ്ഞു ചെല്ലുമ്പോൾ ഞവുഞ്ഞി ഇരിക്കുന്ന തിനു ചുറ്റും വെളുത്ത മുട്ടകൾ ചെറിയകൂനകളായി മാറിയിട്ടുണ്ടാവും.

ഹോമിയോ ഗുളികകൾ കൂട്ടിവെച്ചപോലെ.

ആദ്യത്തെ മഴയിൽ തന്നെ തോട്ടത്തിലെ ചേമ്പുകൾ തഴച്ചു വളർന്ന് വലിയ ഇല വിരിക്കും. ചേമ്പിലകൾ കുടയാക്കി തോട്ടു വക്കുകളിലൂടെ നടന്നിരുന്നത് ഓർമ്മയുണ്ട്.

കലിയനും കലിച്ചിക്കും കൊടുക്കൽ ഏറനാട്ടിലെ ഗോത്രബോധത്തിന്റെ ഭാഗമായിരുന്നു. കർക്കടകത്തിലെ പായ്യ്യാരമൊടുങ്ങാത്ത മഴദിനങ്ങളിലെ ഉത്സവമായിരുന്നു അത്. ശിവപാർവ്വതിമാർക്കുള്ള വഴിപാടാണത്. കോഴിക്കോട് മലപ്പുറം ജില്ലകളിലെ ചില ഭാഗങ്ങളിലല്ലാതെ മറ്റെവിടെയും ഈ ആചാരം നിലനിൽക്കുന്നതായി അറിയില്ല. ചക്കപ്പുഴുക്കും നിർബന്ധമാണിതിന്. കലിയനും കലിച്ചിക്കും കൊടുക്കാൻ ഒരു ചക്ക പ്ലാവിലെവിടെയെങ്കിലും ബാക്കികാണും. വേനലൊടുവിൽ കായ്ക്കുന്ന പ്ലാവിലാണ് ആ ചക്കയുണ്ടാവുക. പ്ലാവിലകൊണ്ട് കാളകളെ ഉണ്ടാക്കും. വാഴയുടെ അണകൊണ്ട് ഏണിയും കോണിയുമുണ്ടാക്കും. ഒക്കെ മുറത്തിലാക്കി വീടിനെ വലംവെച്ച് പടിക്കുപുറത്തുകൊണ്ടിടും. വേപ്പിലയും (കയ്ക്കണവേപ്പ്) മഞ്ഞളും ഒക്കെ മോരിലരച്ച് സന്ധ്യയ്ക്ക് കുടിക്കുകയും വേണം. വീടുകളൊക്കെ ശുദ്ധിയാക്കുമ്പോൾ മഴക്കാലത്ത് ശരീരത്തിനകം ശുദ്ധിയാക്കാനുള്ള ഔഷധമാണത്.

മഴയുടെ സംഹാരഭാവം ഞാൻ അറിഞ്ഞത് ഏറനാട്ടിൽ നിന്ന് പൊന്നാനിയിലെത്തിയശേഷമാണ്. കടൽത്തിരകൾ തകർത്തെറിഞ്ഞ തീരത്തുകൂടി പലതവണ ഞാൻ നടന്നിട്ടുണ്ട്. തിരകൾ സംഹാരതാണ്ഡവമാടിയ വീടുകളിൽ നിന്നാണ് മഴക്കാലത്തിന്റെ ഏറ്റവും ആഴമേറിയ കരച്ചിലുകൾ കേൾക്കാനാവുക. പുഴകൾ മെലിയുമ്പോഴും കടൽ ഭയാനകമാംവിധം വളരുകയാണ്. ട്രോളിംഗ് നിരോധനം വരുന്നതോടെ അഴിമുഖത്ത് ഫിഷിംഗ് ബോട്ടുകൾ നിരനിരയായിക്കിടക്കുന്നതും മഴക്കാലത്തിന്റെ മാത്രം കാഴ്ചയാണ്.

ഇത്തവണ വേനൽ നീണ്ടുപോയപ്പോൾ കാലവർഷം ചതിക്കുമെന്ന് ഭയന്നിരുന്നു. ആഗോള താപനത്തെക്കുറിച്ചുള്ള പഠനങ്ങളെല്ലാം കാലാവസ്ഥയുടെ തകിടം മറിയലുകളെക്കുറിച്ച് മുന്നറിയിപ്പുകൾ തരുന്നുണ്ട്. നമ്മുടെ വർഷമേഘങ്ങളെ ചുഴലിക്കാറ്റ് കവർന്നെടുത്തുകൊണ്ടുപോയി ഒമാനിൽ നാശം വിതച്ചപ്പോൾ കാലവർഷത്തിന്റെ ഗതികളെക്കുറിച്ച് പിന്നെയും പേടിയായി. ഒടുവിൽ കാത്തിരുന്ന മഴവന്നു. കേരളത്തെ അങ്ങനെ ചതിക്കാനാവില്ലായിരിക്കും കാലവർഷത്തിന്! തെങ്ങോലപ്പച്ചയെത്തൊട്ട് താഴേക്കിറങ്ങി കായൽപ്പരപ്പിലൂടെ ഒഴുകി നീങ്ങാൻ മഴയ്ക്ക് കേരളത്തിൽ തന്നെ വരണമല്ലോ.

മഴ ഒളിച്ചു കളിച്ചു വന്നതുകൊണ്ടാവണം ഇത്തവണ മഴപ്പാറ്റകളെ ഏറെ കണ്ടില്ല. വേനൽമഴയ്ക്കു ശേഷമാണ് പെരുമഴയുടെ അറിയിപ്പുമായി മഴപ്പാറ്റകൾ വരിക. മഴത്തുള്ളികൾ മണ്ണിന്റെ ആഴത്തിലെ അറകളിൽ ചെന്നു വിളിക്കുമ്പോഴാണ് അവ പുറപ്പെട്ടു വരിക. എന്റെ നാട്ടിൽ കണ്യാരപ്പണിക്കര് കാലവർഷത്തിന്റെ അളവ് കുറിച്ച ഓലയുമായി വന്നിരുന്നതും മഴപ്പാറ്റ പൊടിയുന്ന സന്ധ്യകളിലാണ്. മുറ്റത്തെ ചെറിയ മാളങ്ങളിലൂടെ പെട്ടന്നാണ് ജലധാരകണക്കെ മഴപ്പാറ്റകൾ ആകാശത്തേക്കുയരുക. മഴപ്പാറ്റകളുടെ ഗന്ധം തിരിച്ചറിയുമ്പോഴേക്കും തവളകൾ വരും. പോക്കുവെയിൽ ഇരുട്ടിന് വഴിമാറിക്കഴിഞ്ഞിട്ടില്ലെങ്കിൽ ഓന്തുകളും പല്ലികളും മുറ്റത്തേക്കിറങ്ങിവരും. കട്ടുറുമ്പുകളും കോഴികളും പാറ്റകളെ പിടിക്കാൻവരും. വായുവിലേക്കുയരുന്ന മഴപ്പാറ്റകളെപ്പിടിക്കാൻ ശരപ്പക്ഷികളും വരും.

വേനലിൽ എത്ര നനച്ചാലും മഴവെള്ളത്തിന്റെ മാന്ത്രിക സ്പർശം ചെടികളിൽ വരുത്തുന്ന മാറ്റം അത്ഭുതപ്പെടുത്തുന്നതാണ്. ഒറ്റരാത്രിയിലെ മഴകൊണ്ടാൽ മതി. ഇലപ്പച്ചയ്ക്ക് സാന്ദ്രതയേറും. പെരുമഴപ്പെയ്ത്തിൽ പക്ഷികളുടെ ഒച്ചയും മാറിപ്പോവും. രാത്രിയിൽ പക്ഷികൾ നിശ്ശബ്ദമാവുമ്പോഴേക്കും ചീവിടുകൾ പാടാൻ തുടങ്ങും. ആ സംഗീതത്തിൽ

മിന്നാമിനുങ്ങിന്റെ വെളിച്ചം ചിമ്മിയും തുറന്നുമിരിക്കും. മഴ കഴിഞ്ഞ് ഇറ്റാർ വെള്ളത്തിന്റെ ഒച്ച അനുഭവിക്കണമെങ്കിൽ മരങ്ങൾക്കിടയിൽ തന്നെ വസിക്കണം.

തേക്കുമരങ്ങൾ പൂത്തുലയുന്നത് പെരുമഴക്കാലത്താണ്. ചെമ്പകം പൂക്കുന്ന കാലവുമതാണ്. മഴയിൽ കുതിർന്ന ചെമ്പകത്തിന്റെ മണം കാലവർഷത്തിന്റെ സുഗന്ധമാണ്. കഴിഞ്ഞ വർഷംവരെ എനിക്കത് അനുഭവിക്കാൻ കഴിഞ്ഞിരുന്നു. മുറ്റം വലുതാക്കിയപ്പോൾ ആ ചെമ്പക മരം മുറിച്ചുകളയേണ്ടി വന്നു. പറമ്പിൽ ധാരാളം തേക്കുമരങ്ങൾ ഉള്ളതു കൊണ്ട് മഴക്കാലത്ത് തേക്കിലകളിൽ കാറ്റുപിടിക്കുന്നത് കാണാൻ രസ മാണ്. ഇലകൾ മറിയുമ്പോൾ അടിവശത്തെ വെള്ളിത്തിളക്കങ്ങൾ പ്രത്യക്ഷപ്പെടും.

പടിഞ്ഞാറു വശത്ത് വയലുകളായതിനാൽ തവളകൾ കൂട്ടത്തോടെ മഴയോട് ഒച്ചവെച്ച് സംസാരിക്കുന്നത് കേൾക്കാം. തവളകളുടെ രതി ജീവിതം ഈ ഒച്ചയിലൂടെയാണ് കടന്നുപോവുക. വയലിൽ വെള്ളം നിറയുമ്പോഴേക്കും തവളമുട്ടകൾ പതപോലെ ഒഴുകി നടക്കും. പെരു മഴയുടെ ഊക്ക് കൂടുമ്പോഴേക്കും തവളപ്പൊട്ടിലുകളുടെ കുതറി ക്കൊണ്ടുള്ള ബീജസഞ്ചാരങ്ങൾ കാണാറാവും.

മഴകാണാനായി, മഴയെനോക്കിയിരുന്ന് എഴുതാനായി വീടിനു മുകളിൽ ഒരുഗോപുരം പണിതിട്ടുണ്ട് ഞാൻ. മൂന്നുവശത്തും കമാനമാണ്. തെക്കേഭാഗത്ത് മേൽക്കൂരയിലേക്ക് ചാഞ്ഞുനിൽക്കുന്ന പേരമരമുണ്ട്. അത് പൂത്തുനിൽപ്പാണ്. പേരയുടെ പൂക്കൾ മഴയെ അതിജീവിക്കും. ഒരുനാട്ടുമാവിന്റെ കൊമ്പ് ചാഞ്ഞുനിൽക്കുന്നുണ്ട്. വൈകിവിരിഞ്ഞ ഒരു കുല മാമ്പൂവിൽ പെരുമഴപെയ്യുന്നത് ആദ്യത്തെ മഴദിവസങ്ങളിൽ ഞാൻ നോക്കിയിരുന്നു. മഴത്തുള്ളികൾ ആ പൂങ്കുലയെ ചിതറിത്തെറു പ്പിച്ചുകളഞ്ഞു. ഒരിലയുടെ സംരക്ഷണത്തിൽ ഒരു ശലഭം പെരുമഴയെ അതിജീവിച്ചതിനെക്കുറിച്ച് ആഷാമേനോൻ തനുമാനസിയിൽ എഴുതി യിട്ടുണ്ട്.

കറുത്തചിറകുകളുള്ള ഒരു ചിത്രശലഭമായിരുന്നു അത്. ചെറിയ വെള്ളിവലയങ്ങൾ, കൺമിഴികൾപോലെ. എന്തുകൊണ്ടാണ് അത് ആ മാവിലയിൽ വന്നണഞ്ഞതെന്നറിയില്ല. അതും ഇത്രയേറെ ഉയർന്ന ശാഖയിൽ. പതുക്കെ, ഒരു കാറ്റ് വീശി. മിഥുനത്തിലെ അവസാനത്തെ കാർമുകിലുകൾ ഒന്നു കനത്തുകാണും. ഞാറ്റുവേലയുടെ തിമർപ്പു പോലെ മഴ കൊട്ടിച്ചൊരിയാൻ തുടങ്ങി, മുന്നറിയിപ്പില്ലാതെ, ശലഭത്തിന്റെ ലോലത അപ്പാടെ ചുരുങ്ങി. നൂലുപോലെ നേർത്ത സ്പർശിനികൾ മാവി

ലയിൽ മുറുകിയിരിക്കും. ഏതെല്ലാമോ പൂക്കളിൽനിന്ന് ഉൾക്കൊണ്ട പരാഗത്തരികൾ അലിഞ്ഞുപോയിരിക്കും. തണുത്തുവിറച്ചുകൊണ്ട് ആ ചിത്രശലഭം മാവിലയിൽ അഭയം കാത്ത് അങ്ങനെ വർത്തിച്ചു. കാറ്റ് ഊക്കോടെ വീശുകയും മാവിലകൾ അങ്ങോട്ടുമിങ്ങോട്ടും ഉലയുകയും ചെയ്യുമ്പോൾ, ശലഭം തെല്ലൊന്ന് തെന്നിയാൽ, എന്നോർത്ത് വിഷാദിച്ചിരുന്നു. മഴയുടെ പാളികൾക്കകത്ത് അതൊരിക്കലും രക്ഷപ്പെടുകയില്ലായിരുന്നല്ലോ. കുറേനേരം ആ ഞാറ്റുവേല അങ്ങനെ തകർത്തുപെയ്തിരിക്കണം. ഇലയുടെ കനിവിൽ ആശങ്കകളേതുമില്ലാതെ ആ ശലഭം മരുവുന്നത്, ഒരുപക്ഷേ, നിങ്ങൾ വിശ്വസിക്കാനിടയില്ല, ദേശാടനം നടത്തുന്ന ചിത്രശലഭങ്ങളെക്കുറിച്ച് അറിഞ്ഞിട്ടുണ്ടെങ്കിലും. ഒരു സന്തുലിതാവസ്ഥയുടെ ഹൃദ്യത. പ്രകൃതിയിലെ ഓരോ ഇലയും ഓരോ കൂടാരമാവുന്നതെങ്ങനെയെന്ന് അപ്പോൾ അത്ഭുതപ്പെടുന്നു. പച്ചപ്പിന്റെ നിരന്തരമായ അഭയം.

മഴ നിലയ്ക്കുമ്പോൾ ശലഭം വീണ്ടും പാറിത്തുടങ്ങുകയാണ്, ഒരു സ്നാനത്തിൽ മുഗ്ദ്ധയായെന്നോണം.

(തനുമാനസിയുടെ ആമുഖം)

എന്റെ ഓർമ്മയിൽ മായാതെനിൽക്കുന്ന മഴ ഏറനാട്ടിലെ മഴയാണ്. ഏറനാട്ടിലെ പല മേഖലകളിലും വർഷപാതം വളരെ കൂടുതലായിരുന്നു. എല്ലാ കാലാവസ്ഥയ്ക്കും അല്പം രൂക്ഷതയേറുമായിരുന്നു അവിടെ.

മഴക്കാലത്തിന്റെ ഇരമ്പം ചോരൻകുന്നിന്റെയും കരിയാത്തൻ കോട്ടയുടെയും പിന്നാമ്പുറത്തു നിന്നാണ് കേട്ടു തുടങ്ങുക. മഴ ആർത്തലച്ച് വന്നിരുന്നതും അവിടെ നിന്നാണ്.

ഞങ്ങളുടെ തറവാടിന്റെ ചുറ്റുഭാഗത്തും കുന്നുകളായിരുന്നു. അതിനാൽ മഴ വരുമ്പോഴേക്കും താഴ്വരകളിൽ വല്ലാത്ത ഇരമ്പമായിരിക്കും. കുന്നുകളിൽ മഴ വീഴുമ്പോൾ മണ്ണൊലിപ്പില്ലാതെ സംരക്ഷിച്ചു നിർത്തുന്നത് കുറ്റിച്ചെടികളായിരുന്നു. എടലയും കാശാവലും പോലെ ബലമുള്ളവ. കുറ്റിച്ചെടികൾക്കും പാറക്കെട്ടുകൾക്കുമിടയിലൂടെ ചെറുചാലുകളായി മഴവെള്ളം താഴേക്ക് കുത്തിയൊഴുകും. എന്നാൽ കുന്നുകളിൽ ഉരുൾപ്പൊട്ടലുണ്ടായതായി എന്റെ ഓർമ്മയിലില്ല. ചോരൻകുന്നിനപ്പുറത്തെ കരിയാത്തൻകോട്ടയിൽ പണ്ടെങ്ങോ ഉരുൾപൊട്ടിയിരുന്നുവെന്ന് പറഞ്ഞുകേട്ടിരുന്നു. ഏറെ പണ്ടാണത്. കരിയാത്തൻകോട്ടയിൽ പുരാതനക്ഷേത്രമുണ്ടായിരുന്നുവത്രെ. കരിയാത്തനായിരുന്നുവത്രെ അജപാലകൻ. ഉരുൾപൊട്ടലിൽ ഒഴുകിവന്നൊരു കുടമണി മച്ചിനകത്ത്

വിശുദ്ധമായി സൂക്ഷിച്ചിരുന്നുവത്രെ.

കുന്നുകളിൽ നിന്ന് ഒഴുകിവരുന്ന വെള്ളത്തെ കൊങ്ങൻ വെള്ളമെന്നാണ് പറയുക. മഞ്ഞനിറമുള്ള വെള്ളമാണത്. ഞങ്ങളുടെ കുന്നുകളിൽ മഞ്ഞനിറമുള്ള മണ്ണിന്റെ അളവ് കൂടുതലായിരുന്നു. കൈത്തോടുകൾ നിറഞ്ഞ് പള്ളിയാലുകളിലേക്ക് വെള്ളം കവിയും. പാടവും തോടും ഒന്നാവും. പടിക്കലെ പറമ്പിലും സ്കൂളിലേക്കുള്ള വഴികളിലും വെള്ളം നിറയും. വലിയ പെരുമഴക്കാലത്ത് ഞങ്ങളെ സ്കൂളിലേക്കു വിടില്ല.

മഴക്കാലത്ത് സമയം ഇഴഞ്ഞുനീങ്ങുന്ന പ്രതീതിയാണുണ്ടാവുക. ഞങ്ങളുടെ വീട്ടിൽ ഘടികാരമൊന്നുമില്ലായിരുന്നു. നിഴലുനോക്കിയാണ് സമയം അളന്നിരുന്നത്, അല്ലെങ്കിൽ പള്ളിക്കലെ മുട്ടുകേട്ട്. (മുസ്ലീം പള്ളിയിൽ നിന്ന് ബാങ്കുവിളിസമയത്ത് വലിയൊരു ചർമ്മവാദ്യത്തിൽ മുട്ടി മുഴങ്ങുന്ന സ്വരമുണ്ടാക്കിയിരുന്നു. മൈക്കില്ലാത്ത കാലത്ത് ബാങ്കു വിളി ദൂരേക്ക് കേൾക്കില്ല. അതുകൊണ്ടാണ് നമസ്കാരസമയമറിയിക്കാനുള്ള മുട്ട്). പെരുമഴക്കാലത്ത് വെയിലുണ്ടാവില്ല. അതിനാൽ നിഴലളന്ന് സമയം നിശ്ചയിക്കാൻ പറ്റില്ല. മഴയുടെ ആരവത്തിൽ പള്ളിയിലെ മുട്ടും കേൾക്കില്ല. മഴക്കാലത്ത് എല്ലാ ജീവികളുടെയും ഊർജ്ജസ്വലത നഷ്ടപ്പെടും. നനഞ്ഞ ചിറകുകളുമായി കോഴികൾ ഉമ്മറത്തേക്ക് കയറിവരും. ആട്ടിപ്പായിച്ചാൽ തൊഴുത്തിൽ പോയി നിൽക്കും. തൊഴുത്തിലെ മൺവള്ളികൾ കൊത്തിയടർത്തി ചിതലുകളെ തിന്നും. നായ്ക്കളും ചായ്പുകളിൽ അഭയം തേടും. മാങ്ങാക്കാലവും ചക്കക്കാലവും കഴിഞ്ഞുപോയതിന്റെ വിഷാദവുമായി നടക്കുന്ന അണ്ണാൻ പടിക്കലെ പ്ലാവിലെ ചീഞ്ഞുവീഴാറായ അവസാനത്തെ ചക്കയിൽ മണിയനീച്ചകളോട് കലഹിക്കുകയാവും. തൊഴുത്തിൽ പശുക്കൾ മഴയിലേക്കു നോക്കി കരഞ്ഞുകൊണ്ടിരിക്കും. മഴക്കാലത്ത് അവയെ മേക്കാൻ വിടില്ല. റേഷൻ വൈക്കോൽ കൊണ്ട് അവയ്ക്ക് വിശപ്പൊടുങ്ങില്ല.

ഞങ്ങളുടെ വീടിന്റെ മേൽഭാഗത്ത് തട്ടുകളായി കിടക്കുന്ന ഭൂമിയായിരുന്നു. ഏറ്റവും താഴെയായിരുന്നു ഞങ്ങളുടെ വീട്. പെരുമഴ നീണ്ടു നിന്നാൽ മുറ്റത്ത് ഒറു പൊടിയും. തെളിഞ്ഞ വെള്ളമായിരിക്കുമത്. കണ്ണീരുപോലെ തെളിഞ്ഞത്. തിളച്ചുകൊണ്ട് പുറത്തേക്കു വരുന്ന അല്പം ചൂടുള്ള വെള്ളം. അതോടെ മുറ്റത്ത് കളിക്കാൻ പറ്റാതാവും. കാല് ഞെരിയാണിയോളം മണ്ണിൽ പൂന്തും. ഒറു വെള്ളത്തിൽ ഏറെ നേരം ചവുട്ടി നടന്നാൽ കാലിൽ ചേറ്റുപുണ്ണു വരും.

കാൽപ്പാദത്തിൽ വിരലുകൾക്കിടയിൽ വരുന്ന ചർമ്മരോഗമാണത്. പുഴുതിന്ന പാടുപോലെ തൊലിയിൽ അടയാളമുണ്ടാവും. അവിടെ ചുമന്നിരിക്കും. വല്ലാത്ത ചൊറിച്ചിലുണ്ടാവും. ഞങ്ങൾക്കാർക്കും അന്ന് ചെരിപ്പുണ്ടായിരുന്നില്ല. മഴക്കാലത്ത് എല്ലാവർക്കും ചേറ്റുപുണ്ണ് വരും. വേനൽക്കാലത്ത് ഉണ്ടാക്കിവെയ്ക്കുന്ന കശുവണ്ടിയെണ്ണ ചേറ്റുപുണ്ണിനുള്ള ഔഷധമാണ്.

സ്ഫടികം കൊണ്ട് ഉണ്ടാക്കിയ വിരലുകൾ പോലെ പുല്ലിലെ വേരുകളിൽ ജലം തൂങ്ങിനിൽക്കും പുല്ലിലെ ഐസ് എന്നാണ് പറയുക. പെരുമഴയ്ക്കിടയിൽ വെയിൽ തെറിക്കുമ്പോൾ അത് വൈഢൂര്യം പോലെ തിളങ്ങും. വേലികളിലെ ഈ വൈഢൂര്യത്തിളക്കങ്ങൾ മഴക്കാലത്തിന്റെ മാത്രം ചന്തമായിരുന്നു. ഹിമം പോലെ തണുപ്പാണ്, പുല്ലിലെ ജലവിരലുകൾക്ക്. ഞങ്ങളത് പറിച്ചെടുത്ത് കൺപോളകളിൽ വെയ്ക്കും. ചർമ്മത്തിന്റെ ചൂടുകൊണ്ട് അതുരുകി കവിളിലൂടെ ഒലിക്കും.

കുളങ്ങളൊക്കെ നിറഞ്ഞു കവിയുന്നതോടെ പള്ളിയാലുകളിലും നീർച്ചാലുകളിലുമൊക്കെ പൊടിമീനുകൾ പ്രത്യക്ഷപ്പെടും. എന്തെല്ലാം തരം മത്സ്യങ്ങൾ! ഓടിക്കൊണ്ടേയിരിക്കുന്ന പരലുകൾ, മഞ്ഞയിൽ വെള്ളിപ്പൊട്ടുള്ള ചൂട്ട, ചെളിയിൽ പറ്റിപ്പിടിച്ചുകിടക്കുന്ന കൊയ്ത്ത, മനുഷ്യരുടെ കണ്ണിൽപ്പെടാതെ നോക്കാൻ വിരുതുള്ള ചെള്ളി എന്നു വിളിക്കുന്ന ശുദ്ധജലചെമ്മീൻ പിന്നെ മൊയ്യും കരുതലയുമൊക്കെ.

കൊങ്ങൻ വെള്ളത്തിന്റെ ആദ്യദിനങ്ങൾ കഴിഞ്ഞാൽ മഞ്ഞവെള്ളം ശരിക്കും തെളിഞ്ഞുതുടങ്ങും. വെള്ളത്തിനടിയിൽ മത്സ്യങ്ങളെ ശരിക്കും കാണാനാവും. കുഞ്ഞുങ്ങളുമായി കണ്ണൻ മീൻ ജലോപരിതലത്തിലേക്കു വരും. വലിയ മീനിനു ചുറ്റും പൊടിക്കുഞ്ഞുങ്ങൾ. കുഞ്ഞുങ്ങളുമായി വരുന്ന മീനുകളെ ഞങ്ങൾ ഉപദ്രവിക്കാറില്ല.

വെയിലൊന്നു തെറിക്കുമ്പോൾ ജലോപരിതലത്തിലേക്ക് കൂളിയാമകളും വരും. കൂളിയാമയെന്നു വിളിക്കുന്ന ജീവി ആമവർഗ്ഗക്കാരനൊന്നുമല്ല. ജലത്തിൽ ജീവിക്കുന്ന ഒരുതരം വണ്ടാണത്. ആമയുടെ ആകൃതിയാണതിന്. പുറംന്തോടിന് തിളങ്ങുന്ന കറുപ്പു നിറം. കഷ്ടിച്ച് ഒരിഞ്ച് നീളം കാണും. ആ ജീവി ജലോപരിതലത്തിൽ നിന്ന് എട്ട് എട്ട് എന്ന് എഴുതിക്കൊണ്ടിരിക്കും. അങ്ങനെ എഴുതുന്നതുകൊണ്ടാവണം എഴുത്തച്ഛനെന്നാണ് കുട്ടികൾ ആ ജീവിയെ വിളിക്കുക. മഴക്കാലം കഴിഞ്ഞാൽ കൂളിയാമയെ കാണാറില്ല.

മഴവെള്ളം കെട്ടിനിൽക്കുന്ന സ്ഥലങ്ങളിൽ മഷിത്തണ്ടും (വെള്ളത്തണ്ട്) വെളിച്ചേമ്പുകളും വളരും. വെളിച്ചേമ്പിന്റെ ഇലയിൽ

വെള്ളത്തുള്ളികൾ കെട്ടിനിൽക്കുന്നത് മഴക്കാലത്തിന്റെ മനോഹരമായ കാഴ്ചയാണ്. രസഗോളങ്ങൾ പോലെ അവ ഇലകൾക്കുമേൽ ഉരുണ്ടു കളിക്കും. മഴ പെയ്യുമ്പോൾ വെളിചേമ്പിൻപൊന്തയിലേക്ക് നോക്കിനിൽക്കുക രസമാണ്. മഴത്തുള്ളികൾ ശരിക്കും നൃത്തം ചെയ്യുന്നതു കാണാം. വെളിച്ചേമ്പിന്റെ ഇലകളിൽ ഉരുണ്ടുകളിക്കുന്ന ജലത്തുള്ളികൾക്ക് വെള്ളിനിറമാണ്. വെളിച്ചേമ്പിന്റെ ഇലകളിലാണ് പൊടിമീൻകുഞ്ഞുങ്ങളെ പിടിച്ച് വീട്ടിലേക്കു കൊണ്ടുവരിക.

സ്കൂളിലേക്ക് പോകുമ്പോൾ മഷിത്തണ്ട് പറിച്ചെടുക്കും. സ്ലേറ്റ് മായ്ക്കാനാണ് ഞങ്ങളത് ഉപയോഗിക്കുക. പെരുമഴക്കാലത്ത് തിണ്ടുകളിൽ പ്രകൃതി ഒരുക്കുന്നത് പച്ചനിറമുള്ള കാൻവാസാണ്. പായൽ കൊണ്ട് (മോസ്) തീർത്തത്. അതായിരുന്നു മഴക്കാല ചിത്രങ്ങൾക്കുള്ള കാൻവാസ്.

മഴവന്നാൽ മഴതന്നെയാണ് ഞങ്ങളുടെ കളിപ്പാട്ടം. വെള്ളം പൊട്ടിച്ചൊരുകളിയുണ്ട്. ഞെരിയാണിയോളം വരുന്ന വെള്ളത്തിൽ ഇടത്തേക്കാൽപ്പാദം അമർത്തി ചവുട്ടിയാൽ വെള്ളത്തിന്റെ ഒരുപാളി വായുവിലേക്കുയരും. അതിലേക്ക് വലതുകാൽ ആഞ്ഞടിച്ചാൽ പടക്കംപൊട്ടും പോലെ ഒച്ച ഉയരും. പുറത്തിറങ്ങാൻ പറ്റാതാവുമ്പോൾ ഉമ്മറത്തിരുന്ന് കോട്ടി ഉരുട്ടിക്കളിക്കും. അതല്ലെങ്കിൽ ഇറവെള്ളത്തിലേക്ക് കാലു നീട്ടിക്കളിക്കും.

മഴക്കാലത്ത് എത്ര തിന്നാലും വിശപ്പ് മാറില്ല. ദ്രാരിദ്ര്യത്തിലേക്ക് കൂപ്പുകുത്തുന്ന വീട്ടിൽ മോഹിച്ചതൊന്നും തിന്നാൻ കിട്ടിയിട്ടില്ല. കരയുമ്പോൾ മഴയാണ് ആശ്വസിപ്പിക്കുക.

താഴ്ന്ന പ്രദേശങ്ങളിൽ ഇടവഴികളൊക്കെ തോടുകളായി മാറും. ഒറുപ്പൊടിഞ്ഞവെള്ളം ചരൽക്കല്ലുകൾക്കു മുകളിലൂടെ ഒഴുകും. കിണറുകൾ നിറഞ്ഞ് കവിഞ്ഞ് ഇടവഴികളിലേക്കൊഴുകുമ്പോൾ പൊടിമീൻകുഞ്ഞുങ്ങൾ ഒറുവെള്ളത്തിൽ പ്രത്യക്ഷപ്പെടും. അവയെ പിന്തുടരുക രസമായിരുന്നു.

കിഴക്കൻ ഏറനാട്ടിലെ പെരുമഴ കരുവാരക്കുണ്ടിൽ വെച്ചാണ് അനുഭവിച്ചിട്ടുള്ളത്. മഴയുടെ വന്യമായ സൗന്ദര്യം അറിയാൻ കരുവാരകുണ്ടിലും കാളികാവിലുമൊക്കെ യാത്രചെയ്യണം. മഴ ഒന്നൊഴിഞ്ഞാൽ നീലക്കുന്നുകളെ തൊട്ടുകൊണ്ട് കോടകാറുകൾ നീങ്ങും. മഴവെള്ളം നിറഞ്ഞ തോടുകൾ പച്ചവയലുകൾക്കിടയിൽ പെരുമ്പാമ്പിനെപ്പോലെ കിടക്കുന്നുണ്ടാവും. കുന്നുകളിൽ മഴ പെയ്യുന്നത് നോക്കിനിന്നാൽ മതിവരില്ല. പുകമഞ്ഞു കണക്കെ നീലക്കുന്നുകളെ മഴപൊതിഞ്ഞുനിൽക്കും.

കുന്നുകൾക്കിടയിലെ പള്ളിയാലുകളിൽ ഇപ്പോഴും കാർഷികസമൃദ്ധി തന്നെ. പെരുമഴയത്ത് വയലിൽ പണിയെടുക്കുന്നവർ... നിറഞ്ഞ തോട്ടിൽ ഒറ്റാലു വെച്ചും ചെറിയ വലവെച്ചും മീൻ പിടിക്കുന്നവർ... ഇപ്പോഴും ഇത്തരം കാഴ്ച്ചകൾ അവിടെ ശേഷിക്കുന്നു. ആദ്യത്തെ പെരുമഴ കഴിഞ്ഞാലാണ് ഏറ്റുമീൻ കയറുക. കുളങ്ങൾ നിറഞ്ഞ് കവിയുമ്പോൾ അവ വയലിലേക്ക് ചാടും. ഏറ്റുമീൻപിടുത്തം ഇപ്പോഴും രാത്രിയിൽ തന്നെയാണ്. ഒറ്റാലിൽ കുരുങ്ങാതെ പുറത്തു ചാടുന്നവയെ കത്തികൊണ്ട് വെട്ടിപ്പിടിക്കും. വഴുക്കുന്ന മൊയ്യിനേയും കണ്ണനേയുമൊക്കെയാണ് ഇങ്ങനെ പിടിക്കുക. റബ്ബർ കാട്ടിൽ വല്ലാത്ത മുഴക്കത്തോടെ പെയ്യുന്ന മഴയും ഒലിപ്പുഴയിലെ കൊങ്ങൻവെള്ളവും കണ്ടത് കരുവാരകുണ്ടിൽ വെച്ചാണ്. ഇരുവശവും തോട്ടുകൈതകൾ നിറഞ്ഞ വീതികുറഞ്ഞ പുഴയാണ് ഒലിപ്പുഴ. കൊങ്ങൻ വെള്ളത്തിന് എത്ര രൗദ്രതയേറിയാലും കരകൾ ഇടിയാതെ നോക്കിയിരുന്നത് തോട്ടുകൈതകളാണ്. എന്നാൽ നിളയിലെ മഴക്കാഴ്ച്ചകൾക്ക് മറ്റൊരു സൗന്ദര്യമാണ്. ഇരുകരകളും നിറഞ്ഞ നിള അത്യപൂർവ്വകാഴ്ചയാണ്. പെരുമഴയത്ത് പറക്കുളം കുന്നിന്റെ മുകളിൽനിന്ന് നിറഞ്ഞ നിളയെ കാണുക രസകരമാണ്. കർക്കടകം കാളകളുടേയും പോത്തുകളുടേയും വിശ്രമദിനങ്ങളും ശുശ്രൂഷാദിനങ്ങളുമായിരുന്നു. തൊഴുത്തിൽ അയവെട്ടിക്കിടന്നാൽ മതി അവയ്ക്ക്. പച്ചമരുന്നുകൾ ചേർത്ത കോഴിക്കഷായം ഓടമുളകൊണ്ടുള്ള കോരാച്ചികളിൽ നിറച്ച് കാളകളെ നിർബന്ധിച്ച് കുടിപ്പിച്ചിരുന്നതും ഓർമ്മയുണ്ട്.

പെരുമഴകൾ കുന്നുകൾക്ക് വെള്ളിയരഞ്ഞാണം ചാർത്തിയത് കാണണമെങ്കിൽ പാലക്കാടിന്റെ കിഴക്കൻ ഭാഗങ്ങളിലൂടെ സഞ്ചരിക്കണം. പെരും പാറക്കൂട്ടങ്ങൾ നിറഞ്ഞ മലകളിൽ മാത്രമേ നീരൊഴുക്കിന്റെ അത്തരം ഭംഗികൾ ഉണ്ടാവൂ. കൊല്ലങ്കോടും നെന്മാറയും പോത്തിണ്ടിയുമൊക്കെ പാലക്കാടൻ മഴയടെ ചന്തം കാണിച്ചുതരും.

ഈ പാലക്കാടൻ മഴയിലാണ് ഒ.വി. വിജയന്റെ ഖസാക്കിന്റെ ഇതിഹാസം അവസാനിക്കുന്നത്.

കനക്കുന്ന മഴയിലൂടെ രവി നടന്നു.

ഇടിയും മിന്നലുമില്ലാതെ കാലവർഷത്തിന്റെ വെളുത്തമഴമാത്രം നിന്നു പെയ്തു.

കൂമൻ കാവിലെത്തിയപ്പോഴും ആ വെളുത്ത മഴ നിന്നുപെയ്തു. കൂമൻകാവങ്ങാടിയുടെ ഏറുമാടങ്ങൾ അത്രയും കൊടുംങ്കാറ്റിൽ നിലംപൊത്തിയിരുന്നു. അപ്പുറത്ത് ബസ്സുകാർ ഉപയോഗിച്ചിരുന്ന ഒരു മൺപുര

ഇടിഞ്ഞു വീണിരുന്നു. മൺചുമരിലെ വലിയ കട്ടകൾ കുമിഞ്ഞ് കിടന്നു. മാവുകളുടെ കാനലിൽ അവ പിന്നെയും കുതിർന്നു. കൂമൻ കാവങ്ങാടിയിൽ ഒന്നും തന്നെ അവശേഷിച്ചിരുന്നില്ല.

(ഖസാക്കിന്റെ ഇതിഹാസം)

രവിയെ നീലനിറമുള്ള സർപ്പം തീണ്ടിയത് മഴയിലൂടെയാണ്. രവിയെ ദംശിച്ച് സർപ്പം പിൻ മടങ്ങിയ ശേഷവും മഴയെക്കുറിച്ചുതന്നെ വിജയനെഴുതി:

മഴപെയ്യുന്നു.
മഴമാത്രമേയുള്ളൂ
കാലവർഷത്തിന്റെ വെളുത്ത മഴ
മഴ ഉറങ്ങി
മഴ ചെറുതായി
രവി ചാഞ്ഞു കിടന്നു.

കുളങ്ങൾ

കവേങ്ങാട് എന്നത് ഒരു വീട്ടുപേരാണ്

പാപ്പിനിപ്പാറയിലെ പ്രധാനപ്പെട്ട ഫ്യൂഡൽ കുടുംബങ്ങളിലൊന്നാണത്. കുന്നുകളായും മേടുകളായും പള്ളിയാലുകളായും വളരെ വിസ്തൃതമായ ഭൂസ്വത്തിന്റെ ഉടമസ്ഥരായിരുന്നു അവർ. അവരുടെ വീടിന്റെ തെക്കുകിഴക്കു ഭാഗത്ത് ഒരു കുളമുണ്ടായിരുന്നു. ചുറ്റുപാടും കുന്നുകളായിരുന്നതിനാൽ മഴക്കാലത്ത് കുത്തിയൊഴുകിവരുന്ന വെള്ളം മുഴുവൻ കുളത്തിൽ വന്നുനിറയും. പടവുകൾ കെട്ടി ഭംഗിയാക്കിയ കുളമായിരുന്നില്ല അത്. ഒരു സാധാരണ നാട്ടുകുളം. കുളത്തിലേക്ക് കുത്തനെയുള്ള ഇടവഴിയുണ്ടായിരുന്നു. വടക്കു ഭാഗത്ത് കായ്കറിക്കുതേവാനുള്ള തേക്കൊട്ട ഉറപ്പിച്ചിരുന്നു.

അതിപുരാതനമായ കുളമാണതെന്ന് കേട്ടിട്ടുണ്ട്. മന്ത്രവാദിയും നാട്ടുവൈദ്യനുമൊക്കെയായിരുന്ന എന്റെ മുത്തച്ഛൻ സൂര്യനുണരും മുമ്പ് കുളിച്ചിരുന്നത് ഈ കുളത്തിലായിരുന്നുവത്രെ. മുത്തച്ഛനെ കണ്ട ഓർമ്മയില്ലെനിക്ക്. പക്ഷെ പാനീസു വിളക്കുമായി കുണ്ടനിടവഴിയിലൂടെ കുളത്തിലേക്കിറങ്ങിപ്പോവുന്ന മുത്തച്ഛന്റെ ചിത്രം അമ്മയും വല്യമ്മയുമൊക്കെ എന്റെ ഉള്ളിൽ വരച്ചുവെച്ചിട്ടുണ്ട്.

എന്റെ കുട്ടിക്കാലത്ത് കീഴ്ജാതിക്കാരും മുസൽമാന്മാരുമൊക്കെയാണ് അവിടെ കുളിച്ചിരുന്നത്. എന്നാൽ തറവാട്ടിലെ സ്ത്രീകൾ തീണ്ടാരി സമയത്ത് മാത്രം (മാസമുറ) കവങ്ങാട്ടെ കുളത്തിൽ കുളിക്കും.

തീണ്ടാരിസമയത്ത് മൂന്നു ദിവസമെങ്കിലും സ്ത്രീകൾ അടുക്കളയിൽ കയറില്ല. മച്ചിന്റെ (പൂജാമുറി). മുമ്പിലൂടെ നടക്കില്ല. അഞ്ചാം പുരയിൽ വെറുംപായയിൽ കിടക്കും. തീണ്ടാരികഴിയുമ്പോൾ കവേങ്ങാട്ടെ കുളത്തിൽ പോയി വസ്ത്രങ്ങൾക്കൊപ്പം പായയും അലക്കണം.

കവേങ്ങാട്ടെ കുളത്തിൽ ഞാൻ മുങ്ങിക്കുളിച്ചിട്ടില്ല. എന്നാൽ എല്ലാമാസവും തറവാട്ടിലെ തീണ്ടാരിയുള്ള സ്ത്രീകൾക്കൊപ്പം കുളത്തിൽ പോണം. കുളിക്കും മുമ്പ് വസ്ത്രങ്ങൾ അലക്കി വെള്ളത്തിലിട്ട് മാറി നിൽക്കും. വസ്ത്രങ്ങൾ പിഴിഞ്ഞെടുക്കേണ്ട പണി ഞങ്ങൾ കുട്ടി

കൾക്കാണ്. പിന്നെ മുങ്ങിക്കയറിയാലേ തീണ്ടാരിപ്പെണ്ണുങ്ങൾ ആ വസ്ത്രം തൊടൂ. ആ സമയത്ത് അവർക്ക് അയിത്തമുണ്ടായിരുന്നതുകൊണ്ട് അടുക്കളയിലും കയറില്ല. ആരെയും തൊടാതെ മാറി നടക്കണം. വീടിനുപുറത്തെ ജോലികൾ മാത്രം ചെയ്യാം.

കവേങ്ങാട്ടെ കുളത്തിന്റെ മേൽഭാഗത്തുകൂടിയായിരുന്നു പാപ്പിനിപ്പാറയിൽ നിന്ന് ഇരുമ്പുഴിയിലേക്കുള്ള നാട്ടുവഴി. ഉമ്മച്ചികൾ (മുസ്ലീം സ്ത്രീകൾ) കുളിക്കുന്ന നേരമാണെങ്കിൽ വഴിയാത്രക്കാരെകണ്ടാൽ 'ഇങ്ങട്ട്ോക്കല്ല്യോ, ഇങ്ങട്ട്ോക്കല്ല്യോ' എന്നു വിളിച്ചു പറയും. അവരെ ശ്രദ്ധിക്കാതെ നടന്നുപോകുന്നവരും അപ്പോൾ കുളത്തിലേക്കുനോക്കും. ശരീരത്തിൽ ഇറുകിപ്പിടിച്ച പെങ്കുപ്പായവും നീലക്കാച്ചുമായിരുന്നു മുസ്ലീം സ്ത്രീകളുടെവേഷം. നീലക്കാച്ചും വെള്ളക്കാച്ചും ഉടുമുണ്ടാണ്. നീലക്കാച്ചിന്റെ വരവെള്ളയാണ്. വെള്ളക്കാച്ചിന്റേത് നീലയും. എത്ര പാവപ്പെട്ടവരായാലും കാച്ചിനുമേൽകൂടി വീതിയേറിയ വെള്ളിയരഞ്ഞാണം കെട്ടിയിരിക്കും. വസ്ത്രവും അരഞ്ഞാണവും ഒന്നും അഴിച്ചുവെക്കാതെയാണ് അവർ കുളിക്കുക. കുളികഴിഞ്ഞ് ഞാറപ്പൊന്തകളുടെ മറവിൽ പോയി വസ്ത്രം മാറും. എന്നാൽ കണക്കികളും തീയ്യത്തികളുമൊക്കെ മിക്കവാറും അർദ്ധനഗ്നകളായിതന്നെയാണ് കുളിക്കാറ്. നേർത്ത വസ്ത്രങ്ങൾ നനയുമ്പോൾ ചില്ലുപാളിപോലെയാവും. അതിലൂടെ ബാക്കി നഗ്നതയും

തെളിയും. മിക്കപ്പോഴും ഇവർ സന്ധ്യാസമയത്തേ കുളിക്കാൻ വരൂ. ഈറ നുടുത്ത് കുന്നുകയറിപ്പോവുകയും ചെയ്യും. വാസനസോപ്പിന്റെ ഗന്ധം ഈ കുളത്തിൽ തങ്ങിനിൽക്കാറേയില്ല. കാരണം കുളിസോപ്പുകൾ ഉപ യോഗിക്കുന്നതേ അപൂർവ്വം. താളിച്ചെടികൾകൊണ്ടും ചകിരിനാരു കൊണ്ടും ഉരച്ചുകുളിക്കുകയേ ഉള്ളൂ. മണ്ണാത്തികൾ ദേശത്തെ വസ്ത്ര ങ്ങൾ അലക്കാനും കവേങ്ങാട്ടെ കുളംതന്നെ ഉപയോഗിച്ചു. കുളത്തിന്റെ പടിഞ്ഞാറു ഭാഗത്തെ പള്ളിയാലിൽ അലവ്യാക്ക കായ്കറികൾ കൃഷി ചെയിതിരുന്നു. കായ്കറിപ്പാടത്തേക്ക് വെള്ളം തേവിയിരുന്നതിനാൽ വേന ലൊടുവാവുമ്പോഴേയ്ക്കും വെള്ളംവറ്റും. ചെളിപ്പരപ്പ് അനാവൃതമാവും. ബാക്കിവരുന്ന വെള്ളത്തിന്റെ ദുർഗന്ധമുണ്ടാവും. തീണ്ടാരിക്കുളിക്കു പോലും പറ്റാതാവും. കുളിമുറികളുടെ സ്വകാര്യതയിലേക്ക് എല്ലാവരും പിൻവാങ്ങിയതുകൊണ്ടാവണം കവേങ്ങാട്ടേ കുളത്തിലിപ്പോൾ ആരും കുളിക്കാറില്ല. കുളത്തിലേക്കുള്ള വഴി കവേങ്ങാട്ടുകാർ അടച്ചുകെട്ടി. ചുറ്റും പുൽക്കാടുകൾ നിറഞ്ഞപ്പോൾ വഴിവക്കിൽനിന്ന് നോക്കിയാൽ കുളം കാണാൻ പറ്റാതെയുമായി.

വേനലിൽ കടുത്ത ജലക്ഷാമം നേരിടുമ്പോൾ കുളിക്കാനും അല ക്കാനും കുളങ്ങളെത്തന്നെ ആശ്രയിക്കണം.

തേൻകുളങ്ങര അമ്പലത്തിലേക്ക് ഞങ്ങൾ കുളിക്കാൻ പോയിരു ന്നത് വേനലാരംഭത്തിലാണ്. ഇരുമ്പുഴിപ്പുറത്തായിരുന്നു ആ കുളം. ആന പ്പാറയുടെ അടുത്ത്. മനോഹരമായ താളിക്കല്ലിനെക്കുറിച്ചുള്ള ഓർമ്മ യാണ് ആ കുളം. ചെറിയ പടവുകളുള്ള കുളിക്കടവായിരുന്നു. തെക്കു ഭാഗത്ത് പുരാതനമായ ഒരു ക്ഷേത്രത്തിന്റെ അവശിഷ്ടമുണ്ടായിരുന്നു. തറവാട്ടിലെ സ്ത്രീകൾ എല്ലായ്പ്പോഴും ആ കുളത്തിലേക്ക് പോയിരു ന്നില്ല. മുടി താളിതേച്ചുകഴുകുന്ന ദിവസങ്ങളിൽ പോകും. ആഴ്ചയി ലൊരിക്കൽ നിർബന്ധമായും അതുവേണം. വിറകടുപ്പിൽ ഊതിയൂതി അടുക്കളയിൽ ജീവിക്കുമ്പോൾ മുടിക്കുള്ളിൽ പുകമണം ചുഴിഞ്ഞു നിൽക്കും. അതുമാറ്റാൻ താളിതേക്കണം. കരിങ്കല്ലിൽ, പാത്രം പോലെ കുഴിയുള്ളതായിരുന്നു താളിക്കല്ല്. താളി പലതാണ്. കുറുന്തോട്ടി, ചെമ്പര ത്തി, വെള്ളില, തിരുതാളി, വയറവള്ളി... ഒക്കെ താളിയായി ഉപയോ ഗിക്കാം. ഇതെല്ലാം ഔഷധസസ്യങ്ങളാണ്. താളി ഉരച്ച് കലക്കിപ്പിഴി ഞ്ഞെടുത്ത് കുഴിയിൽ നിറയ്ക്കും. പിന്നെ കൈക്കുമ്പിളിൽ കോരിയെടു ത്ത് മുടിയിലും തലയോട്ടിയിലും തേച്ചുപിടിപ്പിക്കും. താളിതേച്ച് സംരക്ഷിക്കുന്ന മുടിയ്ക്ക് വല്ലാത്ത അഴകാണ്. നീണ്ടമുടിയുള്ള പെണ്ണു ങ്ങൾ കുളക്കടവിൽതാളിതേച്ച് നിൽക്കുന്നത് കാണാനും നല്ല ചന്തമാണ്.

താളിതേച്ചമുടി കുളത്തിൽ ഒലുമ്പിയെടുക്കുന്ന കാഴ്ചയും മലയാളത്തിന്റെമാത്രം സ്വന്തം. പിന്നെ മുങ്ങുമ്പോൾ മുടിയിഴകൾ ചുറ്റിലും പടരും. ജലോപരിതലത്തിൽ ഒരു കൂറ്റൻ ഉറാമ്പുലിവന്നു നിൽക്കുംപോലെ തോന്നും. അമ്മായിക്കൊപ്പമോ ചെറിയമ്മയ്ക്കൊപ്പമോ കുളിക്കാൻ പോകുമ്പോൾ ഇതൊക്കെ നോക്കിയിരിക്കുക രസമായിരുന്നു. കുളി കഴിഞ്ഞ് തോർത്തിയാലും ഏറെനേരം മുടിയും തോർത്തുമുണ്ടും കൂടിചുറ്റിയിടും. വെള്ളം വലിയാനാണ്. ഒരോതാളിക്കും ഓരോഗന്ധ മാണ്. ഉച്ചയൂണു കഴിഞ്ഞാൽ അല്പനേരം തിണ്ണയിൽ കിടന്നുമയങ്ങുന്ന സ്വഭാവമുണ്ട് ചെറിയമ്മയ്ക്ക്. അപ്പോൾ ഞങ്ങളോട് പേൻ നോക്കിക്കൊടുക്കാൻ പറയും. പേനുണ്ടായിട്ടൊന്നുമല്ല. വെറുതെ ഒരുരസത്തിന് താളിമണമറിയാനായി മുടിയിലേക്ക് മുഖമമർത്തിയിരുന്നു ഞാൻ.

ഉച്ചഭക്ഷണമൊക്കെ പാകം ചെയ്തുവെച്ചാണ് ചെറിയമ്മ തേൻ കുളങ്ങരയിലേക്ക് പോവുക. വെയിൽ മൂക്കുമ്പോഴേയ്ക്കും മടങ്ങി വരികയും വേണം.

കുളത്തിനുചുറ്റും കൈതക്കാടുകളുണ്ടായിരുന്നു. കൈതക്കൂട്ടിൽ കുളക്കോഴികളുമുണ്ടായിരുന്നു. അവിടുത്തെ നിശ്ശബ്ദതയിൽ കുളക്കോഴികളുടെ കരച്ചിൽ പടരുന്നത് കേട്ടുനിൽക്കുക രസമാണ്. അപൂർവ്വമായേ കൈതപൂക്കൂ. മാദകഗന്ധമാണ് കൈതപ്പൂവിന്. ഞങ്ങളുടെ നാട്ടിലെ സ്ത്രീകൾക്ക് കൈതപ്പൂവിനോളം മതിപ്പുള്ള മറ്റൊരു പൂവില്ലായിരുന്നു. അതുകിട്ടുന്നത് ഭാഗ്യമായി കരുതി. വസ്ത്രം വെക്കുന്ന മരപ്പെട്ടിയിൽ കൈതപ്പൂവിതൾ വെച്ചാണ് വസ്ത്രമെടുക്കുക. വിശേഷദിവസങ്ങളിൽ വല്യമ്മയോ അമ്മയോ അമ്മായിമാരോ കൈതപ്പൂ മണമുള്ള വസ്ത്രം ഉടുക്കുമ്പോൾ കുട്ടികൾ അവരെ കെട്ടിപ്പിടിച്ച് മണക്കും. പെട്ടിയിൽ വിതറിയിട്ട കൈതപ്പൂവിതളിന്റെ സുഗന്ധം മാസങ്ങളോളം നിലനിൽക്കും. കൈതപ്പൂവ് കൂടുതൽ കിട്ടിയാൽ കോസറി വിരിപ്പും പുതപ്പുമൊക്കെ വെയ്ക്കുന്ന പെട്ടിയിലുമിടും. കൈതപ്പൂഗന്ധമുള്ള പുതപ്പുകൊണ്ട് മൂടിപ്പുതച്ച് മഴക്കാലത്ത് കിടന്നുറങ്ങണം. ആ സുഗന്ധത്തിൽ ആഴ്ന്നങ്ങനെ കിടക്കുമ്പോൾ പുറത്ത് മഴയുടെ സംഗീതമുണ്ടാവും. കാറ്റ് കടന്നുപോകുമ്പോൾ ആ ഒച്ചയ്ക്ക് അലകളുണ്ടാവും.

തേൻകുളങ്ങരയിലേക്ക് കുളിക്കാൻ പോകുമ്പോൾ ഞങ്ങൾ തോർത്തുകൊണ്ട് പരൽമീനുകളെ കോരിപ്പിടിച്ചിരുന്നു. പരൽമീനുകളെ മാത്രമേ കിട്ടൂ. അതും ചെറിയവയെ. തോർത്തുമുണ്ട് നല്ലോണം താഴ്ത്തിപ്പിടിച്ച് വെള്ളത്തിൽ തുപ്പിയാൽ മതി. പരൽമീനുകൾ ഓടിവരും അപ്പോൾ അവയെ പിടിക്കാൻ എളുപ്പമാണ്.

തേൻകുളങ്ങര കുളത്തിനടുത്ത് ഒരു ചായക്കടയുണ്ടായിരുന്നു. പൂള (കപ്പ)പ്പൊടികൊണ്ട് ഉണ്ടാക്കിയ നല്ല ബിസ്ക്കറ്റ് കിട്ടുമായിരുന്നു അവിടെ. വല്ലപ്പോഴുമൊക്കെ ആ ബിസ്ക്കറ്റ് മേടിക്കാൻ അനുവാദം കിട്ടും. കൈപ്പത്തി നഷ്ടപ്പെട്ട ഒരു പട്ടാളക്കാരനെ അവിടെ കാണുമായിരുന്നു. യുദ്ധക്കളത്തിൽവെച്ച് നഷ്ടപ്പെട്ടതാണ്. ചായക്കടയിലിരുന്ന് കൈപ്പത്തിയറ്റ കൈത്തണ്ടയിലേക്ക് നോക്കി അയാൾ പട്ടാളക്കഥകൾ പറഞ്ഞുകൊടുക്കും. കൈത്തണ്ടയിൽ ഒരു വളയത്തിൽ ഘടിപ്പിച്ച സ്പൂൺ കൊണ്ട് അദ്ദേഹം ആഹാരം കഴിക്കുന്നതൊക്കെ വിസ്മയിപ്പിക്കുന്ന കഥകളായിരുന്നു ഞങ്ങൾക്ക്.

തേൻകുളങ്ങരയിലേക്ക് പോകാൻ പറ്റാത്തപ്പോൾ പള്ളിയാലിലെ കുളത്തിൽപോവും. തേൻ കുളങ്ങരയിലേക്ക് പോകുന്ന വഴിക്കാണത്. ആഴം കുറഞ്ഞ ചെറിയ കുളമായിരുന്നു. കുളത്തിന്റെ തിണ്ടുകൾ വയലിലേക്ക് ഇടിയാതെ കാത്തത് പുരാതനമായ തെങ്ങുകളായിരുന്നു. ആ തിണ്ടിൽ ധാരാളം കൃഷ്ണകിരീടച്ചെടികളുണ്ടായിരുന്നു. പിരമിഡ് ആകൃതിയിലാണത് പൂക്കുക. ഒരുപൂവല്ല. അനേകം ചെറുപൂക്കളുടെ ഒരു കുല. ഓണപ്പൂവിടാൻ അത് ഉപയോഗിക്കാറുണ്ട്. പള്ളിയാലിലെ കുളത്തിൻ കരയിൽ ധാരാളം മൈലാഞ്ചിയും പൂത്തിരുന്നു. ദശപുഷ്പങ്ങളും ഉണ്ടായിരുന്നു.

കുളക്കടവിലൂടെയാണ് വാർത്തകളും വിശേഷങ്ങളും കൈമാറിയി

രുന്നത്. ഇരുമ്പുഴിപ്പുറത്തെ നായർ വീടുകളിലെ സ്ത്രീകളെ ഞങ്ങളുടെ തറവാട്ടിലെ സ്ത്രീകൾ കാണുന്നത് തേൻ കുളങ്ങരയിലും പള്ളിയാലിലും വെച്ചാണ്. ഗ്രാമജീവിതത്തിന്റെ ഏറ്റവും പ്രസാദാത്മകമായ സംവാദകേന്ദ്രങ്ങളായിരുന്നു കുളക്കടവുകൾ.

ഈ കുളങ്ങളുടെ കരയിലാണ് പാറകമെന്ന മരമുണ്ടായിരുന്നത്. അത്തിവർഗ്ഗത്തിൽപ്പെട്ട സസ്യമാണത്. ഇലകൾക്ക് ഉരക്കടലാസിന്റെ ഉപയോഗമാണ്. കർക്കടക സംക്രാന്തിക്കുമുമ്പ് വീട് വൃത്തിയാക്കുമ്പോൾ വാതിലും മര ഉരുപ്പടികളും വൃത്തിയാക്കാൻ പാറകത്തിന്റെ ഇലവേണം.

തേൻകുളങ്ങരയിൽ വലിയൊരു താന്നിമരവും ഉണ്ടായിരുന്നു. ചേര് എന്ന മരം തൊട്ടാൽ ചിലർക്ക് പക(അലർജി)യുണ്ടാവും. മേലാസകലം ചൊറിഞ്ഞ് തടിക്കും. ചേരിന്റെ കറ വസ്ത്രങ്ങളിൽ നിന്ന് ഒരിക്കലും മായാത്തതാണ്. മണ്ണാത്തികൾ മുണ്ട് അലക്കുമ്പോൾ പലവീടുകളിൽ നിന്നുള്ള മുണ്ടുകൾ തിരിച്ചറിയാനായി ചേരിന്റെ കറകൊണ്ടാണ് അടയാളംവെയ്ക്കുക.

ചേരിന്റെ പകയ്ക്കുള്ള ഔഷധം താന്നിക്ക് വെള്ളരിയിടലാണ്. മുങ്ങിക്കുളിച്ച് താന്നിമരത്തെ വലംവെയ്ക്കണം. പിന്നെ ഇലപറിച്ച് ശരീരത്തിൽ തേക്കണം. കർക്കടക സംക്രാന്തിക്ക് മൈലാഞ്ചിയിടണമെന്നതും

നിർബന്ധമായിരുന്നു. പെൺകുട്ടികൾ മാത്രമല്ല. ആൺകുട്ടികളും മൈലാഞ്ചിയിടും. മഴക്കാലത്ത് കാൽ വിരലുകൾക്കിടയിലുണ്ടാവുന്ന ചർമ്മ രോഗങ്ങൾക്ക് മൈലാഞ്ചിയും ഔഷധമായിരുന്നു.

മഠത്തിലെ കുളത്തിലേക്ക് ഞങ്ങൾ പോയിരുന്നത് മണ്ഡലകാലത്താണ്. മഠം എന്നത് ഒരു ബ്രാഹ്മണ കുടുംബത്തിന്റെ കൃഷിക്കളമായിരുന്നു. ഫ്യൂഡൽ പ്രൗഢിതികഞ്ഞ വീടുംകുളവുമൊക്കെ പാപ്പിനിപ്പാറയുടെ ആകർഷണമായിരുന്നു. വയൽക്കരയിൽനിന്ന് പടിപ്പുരവരെ കരിങ്കല്ലു കൊണ്ട് പടികൾകെട്ടിയിരുന്നു. വേനൽക്കാലത്ത് ആ പടിപ്പുരയിൽ മോരുംവെള്ളം സൗജന്യമായി കൊടുത്തിരുന്നു. ക്ഷീണിതരായ വഴിയാത്രക്കാർക്ക് വലിയ ആശ്വാസമായിരുന്നു അത്.

മഠത്തിലെ പറമ്പിൽ ചെറിയൊരു അയ്യപ്പർ ക്ഷേത്രമുണ്ടായിരുന്നു. മണ്ഡലകാലത്തേ ആ ക്ഷേത്രം ശരിക്കും ഉണരൂ. ശബരിമലയ്ക്ക് മാലയിട്ടവർ ശരണം വിളിക്കാൻ വരും. എല്ലാദിവസവും ആരുടെയെങ്കിലും വിളക്കുണ്ടാവും. അതിനാൽ ശരണം വിളിക്കാൻ പോയാൽ പായസം കിട്ടും.

സ്കൂൾ വിട്ടുവന്നാൽ ഉടനെ അമ്പലത്തിൽ പോവും. സന്ധ്യയാവോളം കൂട്ടുകാരൊത്ത് നീന്തിത്തുടിക്കും. നീന്തലായിരുന്നു ഗ്രാമീണ ജീവിതത്തിന്റെ ധ്യാനവും യോഗയും. മണ്ഡലമാവുമ്പോൾ കുളത്തിനു ചുറ്റും ചെത്തിക്കോരി ഭംഗിയാക്കും. കുളച്ചണ്ടിയൊക്കെ വലിച്ചുകളഞ്ഞ് വൃത്തിയാക്കും.

മഠത്തിലെ കുളത്തിലേക്ക് പോവുമ്പോൾ അലക്കുസോപ്പ് നിർബന്ധമല്ലായിരുന്നു. തട്ടാൻമാരുടെ വീടിനടുത്തുകൂടി കുളത്തിലേക്ക് പോകുമ്പോൾ ഉറഞ്ചിക്കായപെറുക്കിയെടുത്താൽ മതി. ശരിക്കും സോപ്പുകായയാണത്. അതിന്റെ നീരിന് നല്ലപതയുണ്ടാവും. മേല്തേക്കാൻ കൊള്ളില്ല. വസ്ത്രം അലക്കാം. പക്ഷെ ഉറഞ്ചിക്കായക്കൊണ്ട് വസ്ത്രമലക്കിയാൽ പഴഗന്ധം വസ്ത്രത്തിൽ തങ്ങിനിൽക്കും. മാദകമായ പഴഗന്ധമുണ്ട് ഉറഞ്ചിക്കായക്ക്. തട്ടാൻമാർ സ്വർണ്ണം കഴുകാൻ അതുപയോഗിക്കും.

വേറൊരു തരം കുളങ്ങളുണ്ട്. വയലുകൾക്കും മേടുകൾക്കും ഇടയിലെ പൊട്ടക്കുളങ്ങൾ. അത്തരം കുളങ്ങൾ ഏറെയും വൃക്ഷചരായകളിലാവും. അത്തിയുടേയും ചുഴലിപ്പാറകത്തിന്റേയും മാവിന്റേയും ഒക്കെ നിഴലനക്കങ്ങൾ ജലോപരിതലത്തിലുണ്ടാവും. വൃക്ഷങ്ങൾയ്ക്കിടയിലൂടെ ചോരുന്ന വെയിലും കുളത്തിൽ വീഴുന്നത് കാണാൻ വല്ലാത്ത ഭംഗിയാണ്. കുളത്തിനു ചുറ്റും പൊന്തക്കാടുകളുണ്ടാവും. പുല്ലാനിയും

തെച്ചിയും വെള്ളിലയും ഒടിച്ചുത്തിയുമൊക്കെ ഉണ്ടാവും. പോകാച്ചി ത്തവളകളും നീർക്കോലികളും അവിടെ സ്വസ്ഥമായി കഴിയും. ഇത്തരം കുളങ്ങളുടെ കരയിൽ ചെന്നു നിൽക്കുമ്പോഴാണ് ചെറുജീവികളുടെ സല്ലാപങ്ങൾ കേൾക്കാനാവുക. മനുഷ്യസാന്നിദ്ധ്യമറിയുന്നതോടെ പോക്കാച്ചിത്തവളകൾ വരമ്പത്തെ പുൽക്കാട്ടിൽനിന്ന് കൂട്ടത്തോടെ വെള്ളത്തിലേക്കു ചാടും. ഋതുഭേദങ്ങളിലൂടെ കുളത്തിനുസംഭവിക്കുന്ന നിറമാറ്റവും ഭാവമാറ്റവും വൃദ്ധിക്ഷയങ്ങളുമൊക്കെ ശ്രദ്ധിക്കാം.

മഴക്കാലം വരുന്നതോടെ ചെളിവെള്ളം നിറഞ്ഞുകവിയും. നിൽക്കാതെ മഴപെയ്യാൻ തുടങ്ങുകയും മണ്ണിൽ ഒറുതിള (ഉറവ്)ക്കാൻ തുടങ്ങുകയും ചെയ്യുമ്പോൾ കുളം കണ്ണീരുപോലെ തെളിയും. വേനലിലേക്ക് കടക്കുന്നതോടെ നേർത്ത പായൽ വെള്ളത്തിൽ കലർന്ന് ശരിക്കും പച്ച നിറമാവും. വെയിലിന് തീക്ഷ്ണതയേറുമ്പോൾ ഈ പച്ചപ്പും അപ്രത്യക്ഷമായി ചാര നിറമാവും.

കണ്ണീരുപോലെ തെളിഞ്ഞുനിൽക്കുമ്പോൾ തന്നെയാണ് ഈ കുളങ്ങൾക്ക് ഭംഗി. ആ സമയത്ത് ദൂരെ നിന്നു നോക്കുമ്പോൾ നീലക്കല്ലുപോലെയാണ്. അടുത്തുചെന്നു നോക്കിയാൽ ആഴം മുഴുവൻ തെളിഞ്ഞുകിട്ടും. ഒന്നും ഒളിച്ചുവെയ്ക്കാനറിയാത്ത ഗ്രാമീണന്റെ മനസ്സുപോലെ! അടിയിലെ ചെളിയിൽ കൊയ്ത്ത മീനുകളും മൊയ്യിൻ കുഞ്ഞുങ്ങളും സഞ്ചരിക്കുന്നതു കാണാം. നീർക്കോലികൾ നീന്തിനടക്കുന്നുണ്ടാവും. കുളത്തിലേക്കു തൂങ്ങിക്കിടക്കുന്ന കൈതോലയിൽ പൊന്മതക്കം പാർത്തിരിക്കുന്നുണ്ടാവും. മേടുകളോട് ചേർന്ന ഭാഗത്ത് ധാരാളം പൊത്തുകളുണ്ടാവും. വലിയ മീനുകൾ ഒളിച്ചിരിക്കുക ഈ പൊത്തുകളിലാണ്. നീർക്കോലികൾ പാർക്കുന്നതും അവിടെത്തന്നെ. കുളം നിറയുമ്പോൾ പൊത്തുകളുടെ മുഖത്തേക്ക് ചൂണ്ടയെറിഞ്ഞാൽ മൊയ്യിനെ പിടിക്കാം. പാടത്ത് പണിയെടുക്കുന്നവരേ ഈ കുളങ്ങളിൽ കുളിക്കാറുള്ളൂ. കന്നുകാലികളെ കുളിപ്പിക്കാനും ഉപയോഗിക്കും. ഭൂതങ്ങളുടെ ആവാസകേന്ദ്രങ്ങളാണ് ഇത്തരം കുളങ്ങളെന്ന് കുട്ടിക്കാലത്ത് ഞങ്ങൾ വിശ്വസിച്ചിരുന്നു. നെരച്ച്യേമ എന്ന ഭൂതം ഇവിടെയാണത്രെ ഉണ്ടാവുക. വെള്ളിയാഴ്ചകളിൽ ഉച്ചനേരത്ത് കുളത്തിൻ കരയിൽ ചെന്നു നിന്നാൽ അല്പം തവിട്ടുനിറത്തിലുള്ള ഒരുപാട കുളത്തിലാകെ മൂടിക്കിടക്കുന്നതു കാണാം. ഇത് ഒരുതരം പായലാണ്. പക്ഷെ നെരച്ച്യേമയുടെ മുടിയാണ് എന്ന് ഞങ്ങൾ വിശ്വസിച്ചു. ഇത്തരം കുളങ്ങൾ ഏകാന്തത യുടെ പര്യായമാണ്.

പള്ളിയാലുകളിലെ (പച്ചക്കറികൃഷിചെയ്യുന്ന സ്ഥലങ്ങൾ) ഇത്തരം

കുളങ്ങൾക്കു ചുറ്റും ചതുപ്പുകളുണ്ടാവും. അവിടെ വയൽച്ചുള്ളിയും പുല്ലും വളരും. ചെളിഗന്ധം എപ്പോഴുമുണ്ടാവും. വെള്ളക്കൊറ്റികളും നീലക്കോഴികളുമൊക്കെ ഇരതേടി നടക്കുന്നുണ്ടാവും. പള്ളിയാലുകളിലെ കുളങ്ങളിലാണ് ആമ്പലുകളുണ്ടാവുക. താമരയും കൃഷി ചെയ്യാം. ആമ്പൽക്കുളങ്ങളും താമരക്കുളങ്ങളും ഏറനാട്ടിൽ അപൂർവ്വമായിരുന്നു.

കുന്നിൻ താഴ്‌വരകളിൽ വേറൊരു വിഭാഗം കുളങ്ങളുണ്ട്. ചോലകളെന്നാണ് പറയുക. ഒരു വേനലിലും വറ്റാത്ത ഉറവകളാണ് അത്തരം കുളങ്ങളെ ജീവിപ്പിക്കുന്നത്. ഏറ്റവും മുകളിലാവും ഉറവ. പാറകൾക്കിടയിലെ ചെറിയകുളങ്ങളിലേക്ക് വെള്ളം ഒഴുകിയിറങ്ങും. അതിലേക്ക് കൂപ്പുകുത്താനൊന്നും പറ്റില്ല. അടിഭാഗം അടഞ്ഞപാറയായിരിക്കും. മേലെനിന്നുള്ള ഉറവയെ തടഞ്ഞുനിർത്തിയാൽ ഈ കുളങ്ങളെ കഴുകി വൃത്തിയാക്കാം. പാപ്പിനിപ്പാറയിൽ ചോലയെന്നു വീട്ടുപേരുള്ള തറവാട്ടിൽ അത്തരം കുളങ്ങളുണ്ടായിരുന്നു.

പാപ്പിനിപ്പാറയിൽ നിന്ന് വട്ടംകുളം പഞ്ചായത്തിലെ ശുകപുരത്തേക്ക് താമസം മാറ്റിയതോടെ കുളങ്ങൾ മറ്റൊരനുഭവമായി. ശുകപുരത്തെ വീട്ടിലെ ആഴമേറിയ കിണർ ഉറവയില്ലാത്ത പൊട്ടക്കിണറായിരുന്നു. ആ കിണറ്റിലേക്ക് നോക്കാൻ എനിക്ക് പേടിയായിരുന്നു. ആ കിണറിനെച്ചൊല്ലി അമ്മ തന്റെ വിധിയെ ശപിച്ചിട്ടുണ്ട്. രൂക്ഷമായ ജലക്ഷാമം കാരണം എല്ലായ്പ്പോഴും കുളത്തെയാണ് ആശ്രയിച്ചത്. ഉദിയന്നൂർ എന്ന മനക്കാരുടെ കൈവശമായ അയ്യപ്പൻ കാവിലെ കുളത്തിലേക്കാണ് മിക്കദിവസങ്ങളിലും കുളിക്കാൻ പോവുക. വയലിനോട് ചേർന്നു കിടക്കുന്ന ആ കുളം വെട്ടുകല്ലുകൊണ്ട് മനോഹരമായി പടുത്തുകെട്ടിയതായിരന്നു. നാല് കുളിക്കടവുണ്ടായിരുന്നു അവിടെ. ചെരിവിലൂടെ വെട്ടുകല്ലുപാകിയ മറ്റൊരു കടവുമുണ്ടായിരുന്നു. അത് കന്നുകാലികളെ കുളിപ്പിക്കാനുള്ളതാണ്. പ്രധാനകടവുകൾയ്ക്കിടയിൽ വലിയ ആൾമറയുണ്ടാവും. അതും വെട്ടുകല്ലിൽ പടുത്തുയർത്തിയതാണ്. കുളത്തിലേക്കു തള്ളിനിൽക്കുന്ന അതിനെ കൂപ്പ് എന്നാണ് പറയുക. അതിൽ കയറിനിന്ന് അസ്ത്രം കണക്കെ വെള്ളത്തിലേക്കു കൂപ്പു കുത്താം. ഇരുകരകളേയും തൊട്ട് നീന്തിവരാം. കമഴ്ന്നു നീന്തും പോലെ മലർന്നും നീന്താം. വെള്ളത്തിനു മീതെ മലർന്നു കിടക്കാം. നീന്തുന്നേരം പടവുകളിലെ പൊത്തുകളിൽ നിന്ന് പോക്കാച്ചിത്തവളകളും നീർക്കോലികളും എത്തിനോക്കും. കൽപ്പടവുകളിൽ മാലചാർത്തിയപോലെ നീർക്കോലികളും ചേരകളും ഉറപൊഴിച്ചിട്ടിരിക്കും.

നമ്പൂതിരിമാരുടെ കുളമായതിനാൽ നായൻമാരിൽ താഴെയുള്ള വർക്ക് അവിടെ കുളിക്കാൻ പാടില്ലായിരുന്നു. കുളിപ്പുര നമ്പൂതിരി സ്ത്രീ കൾക്ക് മാത്രമുള്ളതായിരുന്നു. പ്രായമായ അന്തർജ്ജനങ്ങൾ മറക്കുട പിടിച്ചേ അയ്യപ്പൻ കാവിലേക്ക് വരാറുള്ളൂ. ക്ഷേത്രത്തിലേക്ക് എന്നും തൊഴാൻ വരുമെങ്കിലും കുളിക്കാൻ വരുന്നത് അപൂർവ്വം. മനയ്ക്കലെ പറമ്പിൽ വേറെ കുളമുണ്ടായിരുന്നു.

തമ്പ്രാക്കൻമാര് കുളിക്കുന്നുണ്ടെങ്കിൽ ദൂരെ മാറിനിൽക്കണം. അവരുടെ കണ്ണിൽപ്പെട്ടാൽ അയിത്തക്കാരാണോ അയിത്തക്കാരാണോ എന്നു ചോദിച്ചുകൊണ്ടിരിക്കും. തമ്പ്രാക്കന്മാര് വെറും കോണകമുടു ത്താണ് കുളിക്കുക. ജനനേന്ദ്രിയം മുഴുക്കെ പ്രദർശിപ്പിച്ചാണ് ശൗചം ചെയ്യുക. ശരീരത്തിന്റെ നഗ്നതയെ സംബന്ധിച്ച് ഒരു വ്യാകുലതയും അവർക്കില്ല. പുരുഷന്മാർ കുളിക്കുന്നതിന്റെ അപ്പുറത്ത് സ്ത്രീകളും കുളിക്കും. നഗ്നത മുക്കാലും വെളിവാക്കിയാണ് സ്ത്രീകളും ശരീരത്തിൽ സോപ്പുതേക്കുക. കുളിക്കടവിൽ ആരുടെ ശരീരവും അശ്ലീലമായി കരുതിയില്ല. സ്ത്രീകളുടെ കടവിലേക്ക് ആരും ഒളിഞ്ഞുനോക്കിയില്ല. അപ്പൻകാവിലെ കുളത്തിലേക്ക് പല കരകളിൽ നിന്ന് ആളുകൾ വരും. ഓരോകരകളിലേയും പ്രണയങ്ങളുടേയും മരണങ്ങളുടേയും വിവാഹ ങ്ങളുടേയും പ്രസവങ്ങളുടേയും ഒക്കെ വാർത്തകൾ കൈമാറ്റം ചെയ്യ പ്പെട്ട നാട്ടുകുളങ്ങളിലെ കുളി ഇല്ലാതാവുന്നിടത്തൊക്കെ സൗഹൃദങ്ങളും ഇല്ലാതായി.

ചില ആളുകളെ എന്നും കൃത്യനേരത്തു തന്നെ കുളത്തിൽ കാണാം. ദേഹം മുഴുകെ കുളിർക്കനെ എണ്ണതേച്ചു വരുന്ന ഗോവിന്ദാരെ ഓർമ്മയുണ്ട്. മനയ്ക്കലെ കാര്യസ്ഥനായിരുന്നു ഗോവിന്ദാര്. ഒന്നാം തരം അയ്യപ്പൻപാട്ടുകാരനുമായിരുന്നു. അയ്യപ്പൻ വിളക്കിന്റെ കഥയാണ് എന്നും അദ്ദേഹം പറയുക. ഉമിക്കരിയും ഈർക്കിലയും കൊണ്ടാണ് അദ്ദേഹം വരിക. പല്ലു തേച്ച് കഫം കുളത്തിലേക്ക് തുപ്പും. കഫത്തിലേക്ക് മത്സ്യങ്ങൾ വട്ടമിട്ടുവരും. അതുകാണുമ്പോൾ ശരിക്കും അറപ്പ് വരും.

ഉച്ചനേരത്ത് കുളത്തിൽ ആരുമുണ്ടാവില്ല. ജലോപരിതലത്തിൽ വീണുകിടക്കുന്ന വെയിലിലേക്ക് കണ്ണൻ മീനുകൾ വരും. മാമ്പിയെന്ന മീൻപിടുത്തക്കാരൻ കണ്ണൻ മീനുകളെ ഊതിപ്പിടിക്കാൻ വരുന്നത് അപ്പോഴാണ്. ഒരു കുഴലിൽ ഘടിപ്പിച്ച സവിശേഷമായ ഉളിയാണ് ആയുധം. ഉളിയിൽ നീണ്ടചരടും ഘടിപ്പിച്ചിരിക്കും. ലക്ഷ്യം തെറ്റാതെ ഊതിയാൽ മത്സ്യത്തിന്റെ മജ്ജയിൽ ഉളി തുളച്ചുകയറും. അപ്പോൾ മത്സ്യത്തെ കരയിലേക്ക് വലിച്ചെടുക്കും. കൽപ്പടവുകളിലേക്ക്

കയറിനിൽക്കുന്ന വെള്ളത്തിൽ പൊന്തിക്കിടക്കുന്ന കണ്ണൻ മീനുകളെ എറിഞ്ഞുപിടിക്കാം.

ഉച്ചവെയിൽ വീണ വെള്ളത്തിൽ ആണ്ടുകിടക്കുക രസകരമാണ്. പെരുമഴ പെയ്ത് ഒറുത്തിളയ്ക്കുമ്പോൾ കുളത്തിലെ വെള്ളത്തിന് നേർത്ത ചൂടാണ്.

പൊന്നാനിയിലെ കുളങ്ങൾ പക്ഷെ ഇങ്ങനെയൊന്നുമായിരുന്നില്ല. എന്റെ അച്ഛന്റെ വീട് പൊന്നാനിയിലായിരുന്നു. പക്ഷെ എന്റെ കുട്ടിക്കാലത്തു തന്നെ അച്ഛൻ വട്ടംകുളത്തേക്ക് താമസം മാറ്റി. വല്യച്ഛൻ പൊന്നാനിയിൽ തന്നെയായിരുന്നു. തൃക്കാവ് ക്ഷേത്രത്തിനടുത്തായിരുന്നു അച്ഛന്റെ ബന്ധുക്കളുടെ വീട്. തൃക്കാവിലെ നവരാത്രി ഉത്സവത്തിന് ഞങ്ങൾ പോവും. തൃക്കാവ് ക്ഷേത്രക്കുളം വളരെ വലുതാണ്. എല്ലാ ഭാഗത്തും കടവുകളാണ്. കുളിക്കുമ്പോൾ എല്ലാവർക്കും പരസ്പരം കാണാം. ക്ഷേത്രത്തിന്റെ പടിഞ്ഞാറുഭാഗത്ത് കൂടുതലും സാമ്പത്തി

കശേഷി കുറഞ്ഞവരുടെ വീടുകളായിരുന്നു. ഒക്കെ ഓലമേഞ്ഞകൂരകൾ. അവിടുത്തെ സ്ത്രീകൾ ചകിരിത്തൊണ്ട് തല്ലിയും കയറുപിരിച്ചും ജീവിച്ചു. അവിടെ സർപ്പക്കാവുകൾ ധാരാളമുണ്ടായിരുന്നു. കാവുകളോടൊപ്പം കുളങ്ങളും. പടുത്തുകെട്ടിയ കുളങ്ങളൊന്നുമല്ല. മണൽ മാന്തിയെടുത്ത വലിയ കുഴികൾ. വെള്ളത്തിൽ പായൽ പൊങ്ങിക്കിടക്കും. അത് തട്ടി നീക്കി വേണം കുളിക്കാൻ. കഷ്ടിച്ച് മുങ്ങാനുള്ള ആഴമേ ഇത്തരം കുളങ്ങൾക്കുള്ളൂ. ഒഴുക്കില്ലാത്തതിനാൽ വേനലിൽ വെള്ളം വറ്റുമ്പോൾ പായലിൽ ചീഞ്ഞ ദുർഗന്ധമുയരും. മെടയാനുള്ള തെങ്ങോല കുതിർത്താനിടുന്നതും ഈ കുളങ്ങളിലാണ്. അപ്പോൾ വെള്ളത്തിന്റെ ദുർഗന്ധം കൂടും.

സർപ്പക്കാവുകളൊക്കെ വെട്ടിവെളുപ്പിച്ചപ്പോൾ കുളങ്ങളും മൂടി. സവിശേഷമായ ആവാസവ്യവസ്ഥ ഇല്ലാതായപ്പോൾ കൊതുകുകൾ പെരുകി.

പൊന്നാനിയിലെ പള്ളിക്കുളങ്ങൾ പക്ഷെ ചെങ്കല്ലുകൊണ്ട് പടുത്തുകെട്ടിയതായിരുന്നു. പള്ളിക്കുളങ്ങൾക്കു ചുറ്റും ശ്മശാനങ്ങളുണ്ടാവും. മീസാൻ കല്ലുകൾകൊണ്ടാണ് ശ്മശാനം തിരിച്ചറിയുക. കടലു കാണാൻ പോകുമ്പോൾ ഈ കുളങ്ങൾകരികിലൂടെ വേണം പോവാൻ. വേനൽകാലമായാൽ പള്ളിക്കുളങ്ങളിൽ നിറയെ കുട്ടികളാവും. ഒക്കെയും മത്സ്യത്തൊഴിലാളി കുടുംബങ്ങളിലെ കറുത്ത കുട്ടികൾ. ഒഴുക്കില്ലാത്ത കുളങ്ങളാണവ. സവിശേഷമായ ഒരുതരം പായൽ കാരണം ഈ കുളങ്ങൾക്ക് പച്ചനിറമാണ്.

മലയാളിയുടെ ജീവിതത്തിൽനിന്ന് കുളങ്ങൾ നാൾക്കുനാൾ അപ്രത്യക്ഷമാവുകയാണ്. നാട്ടുകുളങ്ങൾ നികത്തി വീടുവെയ്ക്കുന്നു. അമ്പലക്കുളങ്ങളും പള്ളിക്കുളങ്ങളും മാത്രം ശേഷിക്കുന്നു. കുളങ്ങൾ അപ്രത്യക്ഷമാവുമ്പോൾ മലയാളിയുടെ കുളിരീതികളും മാറുന്നു. കുളത്തിലെ കുളി ഇല്ലാതാവുന്നതോടെ ശരീരങ്ങളിൽ രഹസ്യങ്ങളുടെ ഭാരം കൂടുന്നു. കുളിക്കടവിലെ പ്രണയങ്ങളും മാഞ്ഞുപോകുന്നു.

ഞാറപ്പഴങ്ങൾ

കർക്കടകവെയില് പച്ചപ്പൊന്തകൾക്കിടയിലൂടെ ഊർന്നിറങ്ങാൻ തുടങ്ങുമ്പോൾ തെച്ചിപ്പഴങ്ങളുടെ മുഖം ചുവക്കും. അപ്പോഴേ അവ ഞങ്ങളുടെ കണ്ണിൽപ്പെടുകയുള്ളൂ.

കർക്കടവെയിൽ ഞങ്ങൾക്കും പ്രസരിപ്പ് തരും. അതുവരെ ഒറു വെള്ളം പൊടിഞ്ഞ ഇടവഴിയിലൂടെ ചുറ്റുവട്ടത്തേക്ക് നോക്കാൻ പോലും നിൽക്കാതെ, കുടയിൽ കൂനിക്കൂടിനടന്നിരുന്ന ഞങ്ങൾ ചെറുപഴങ്ങൾ അന്വേഷിച്ച് മേടുകളിലേക്ക് കയറും. ആ പഴങ്ങൾ മോഹിപ്പിക്കുമ്പോൾ സ്കൂളിലെത്താൻ വൈകും. കരുണാകരൻ മാഷിന്റെ ചൂരൽ കൈവെള്ള ചുമപ്പിക്കുമ്പോഴും തെച്ചിപ്പഴം കിട്ടിയല്ലോ എന്ന് ആശ്വസിക്കും.

കർക്കടകത്തിൽ അണ്ണാന്മാരുടെ അവസ്ഥതന്നെയാണ് കുട്ടികൾക്കും. കാര്യമായി ഒന്നും തിന്നാൻ കിട്ടില്ല. അതിനാൽ പൂച്ചെടിപ്പഴങ്ങൾക്ക് സ്വാദേറും. ആദ്യത്തെ പെരുമഴകൾ അല്പമൊന്ന് ശമിക്കുമ്പോഴേയ്ക്കു തന്നെ അട്ടത്തുവെച്ച പഴമാങ്ങാത്തോല് (പഴുത്ത ഗോമാങ്ങ തോലോടെ പൂണ്ടെടുത്ത് ഉണക്കിയെടുക്കുന്നത്) തീരും. വൈകുന്നേരം സ്കൂൾ വിട്ടു വരുമ്പോൾ ഒന്നും തിന്നാൻ കിട്ടാത്തതിന് വല്യമ്മയോട് കയർക്കും. അടുക്കളയുടെ വടക്കുഭാഗത്തെ വാതിൽപ്പടിയിലിരുന്ന് തേങ്ങുമ്പോൾ മഴച്ചാറലിലൂടെ പറന്നുവരുന്ന പൂത്തുമ്പി, കരച്ചിൽനിർത്തി കളിക്കാൻ ചെല്ലാൻ പറയും. അപ്പോൾ പടിക്കലെ പറമ്പിൽനിന്ന് കൂട്ടുകാരുടെ കൂവലുയരും.

തുമ്പികളും പൂമ്പാറ്റകളും ഞങ്ങളുടെ കളിക്കൂട്ടുകാരായിരുന്നു. ഓണപ്പൂക്കളിലേക്ക് വഴികാണിച്ചിരുന്നത് തുമ്പികളാണ്. പൂമ്പാറ്റകളാവട്ടെ ചെടികളിലിരുന്ന് പൂവെന്ന് മോഹിപ്പിച്ച് ഞങ്ങളെ കളിയാക്കിപ്പറക്കും

ഓണവെയിലിലേക്കു വരുന്ന തുമ്പികളെ ഓണത്തുമ്പികളെന്നാണ് വിളിച്ചത്. ദേഹം മുഴുവൻ ചുവപ്പുനിറവും ചിറകുകൾക്ക് പൊൻനിറവുമുള്ള തുമ്പികളാണവ. വെയിലുതെറിക്കുമ്പോൾ കുളങ്ങൾക്കു മീതെയാണ് അവ കൂട്ടത്തോടെ പറന്നുനടക്കുക. ഇവ ഒറ്റയ്ക്കു സഞ്ചരിക്കാറില്ല. കുളങ്ങളുമായി ബന്ധപ്പെട്ട ആവാസവ്യവസ്ഥയിലാണ് തുമ്പി

കൾ പിറക്കുക. ഓണത്തെ മനുഷ്യർക്കു മുമ്പു വരവേൽക്കുക തുമ്പികളാണ്. ചിങ്ങവെയിലിലേക്കു തലയുയർത്തുന്ന ചെടികൾ പൂത്തു നിറയുമ്പോൾ തുമ്പികളുടേയും പാപ്പാത്തികളുടേയും തേൻകാലം ആരംഭിക്കുകയായി.

തുമ്പികളുടെ എണ്ണത്തിൽ സാരമായ കുറവുവരുന്നത് അവയുടെ ആവാസവ്യസ്ഥയിൽ മാറ്റം വരുന്നതുകൊണ്ടാണ്. കുളങ്ങൾ വൻതോതിൽ മണ്ണിട്ടുനികത്തുമ്പോൾ തുമ്പികളുടെ പരിസരങ്ങളാണ് അപ്രത്യക്ഷമാവുന്നത്. കമ്പ്യൂട്ടറിലേയ്ക്കും അതിലെ വിഭ്രാമകവും യാന്ത്രികവുമായ ഗൈമുകളിലേയ്ക്കും കുട്ടികൾ ചുരുങ്ങുമ്പോൾ ഏത് ഒടിച്ചുത്തിക്കാട്ടിലേക്കാണ് തുമ്പികളും പൂമ്പാറ്റകളും വഴി കാണിക്കുക.

ഓണത്തുമ്പികളെ പിടിച്ച് ക്രൂരമായ വിനോദങ്ങൾക്ക് ഉപയോഗിച്ചിരുന്നു. അവയെപിടിക്കാൻ നല്ല ശ്രദ്ധവേണം. തുമ്പിയുടെ കണ്ണുകൾക്ക് നല്ല ഭംഗിയാണ്. സ്ഫടികം കൊണ്ട് തീർത്ത ചെറിയ മുത്തിനകത്ത് ചിത്രം വരച്ചു ചേർത്തപോലെ. തുമ്പിയെ പിടിച്ച് പൂച്ചെടിപ്പഴങ്ങൾ തിന്നാൻ കൊടുക്കാം. കല്ലെടുപ്പിക്കാം. വാലിൽ നൂലുകെട്ടിവിടാം. ചെടികളുടെ കമ്പുകളിൽ ആ നൂല് ചുറ്റിപ്പിണഞ്ഞ് പറക്കാനാവാതെ അവ നൂലിൽ കിടന്നു പിടയും.

ഈർക്കിൽ തുമ്പികളോട് ഇത്തരം ക്രൂരവിനോദമൊന്നും കാണിച്ചിരുന്നില്ല. ഈർക്കിൽ തുമ്പികൾ മിക്കപ്പോഴും ഒറ്റയാന്മാരാണ്. ചിലപ്പോൾ ഇണചേർന്നുകൊണ്ട് പറക്കും. വലിയ ഉയരത്തിലൊന്നും അവ പറക്കില്ല. ഉയർന്നു പറക്കുന്ന വലിയ തുമ്പികളാണ് പക്ഷികൾക്ക് ഇരയായി മാറുക. ഈർക്കിൽ തുമ്പികളുടെ പറക്കലിന് വേഗതകുറവാണ്. അവയുടെ നിറവൈവിധ്യം പെട്ടെന്ന് കണ്ണിൽ തെളിയില്ല. അതിസൂക്ഷ്മമായി നോക്കിയാലോ ചുവപ്പും ഇന്ദ്രനീലവും ഒക്കെ കാണാം.

തുമ്പികൾ ചാവാറാവുമ്പോൾ തലകുത്തനെ മുറ്റത്തു വന്നു വീഴും. ഏറെ നേരം പിടയും. അപ്പോൾ അവയെ പിടിക്കാൻ എളുപ്പമാണ്. പക്ഷെ കാര്യമില്ല. കൈയിൽ കിടന്നു ചാവും.

പടിക്കലെപറമ്പിൽ തുമ്പികൾക്കും പൂമ്പാറ്റകൾക്കും ഒപ്പം കളിച്ചാലും ഞങ്ങളുടെ വിശപ്പൊടുങ്ങില്ല.

ഓരോ ആഴ്ചയും കൊണ്ടുവരുന്ന റേഷനരിയും ഇടനാഴിയിലെ വിട്ടങ്ങളിൽത്തൂങ്ങിക്കിടക്കുന്ന വെള്ളരിക്കയും ഉള്ളതു കൊണ്ട് ചോറിനും കറിക്കും മുട്ടുണ്ടാവില്ല. പലഹാരങ്ങളുടെ കാര്യമൊക്കെ കണക്കാണ്.

സ്കൂൾ വിട്ടുവന്ന് മഞ്ചയുടെ പുറത്തിരുന്ന് കരഞ്ഞാൽ ചിലപ്പോൾ വല്യമ്മ അരിവറുത്തു തരാറുണ്ട്. അരിവറുത്തത് കട്ടൻ കാപ്പിയിലിട്ടു കഴിക്കാൻ രസമാണ്. വേനൽകാലത്ത് ഉണക്കിസൂക്ഷിക്കുന്ന മത്തക്കുരു

വും അരിയിലിട്ടു വറുത്തുതിന്നാം. ഉപ്പുവെള്ളം തളിച്ചു വറുക്കണം. അടുപ്പിൽ കനലുണ്ടെങ്കിൽ പപ്പടം ചുട്ടുതരും. മഴക്കാലത്തെ പെരുംവിശപ്പ് മാറ്റാൻ അത്രയൊക്കെയേ കാണൂ. തേങ്ങാപ്പൂളും പപ്പടം ചുട്ടതും നല്ലരസമാണ്. രണ്ടുതരം പപ്പടമുണ്ട് ഏറനാട്ടിൽ. ചെട്ടിപപ്പടവും തൂക്കപപ്പടവും. ചെട്ടിപപ്പടം ഉഴുന്നുമാവുകൊണ്ട് ഉണ്ടാക്കുന്നതാണ്. വളരെ കനംകുറഞ്ഞ പപ്പടം.. ചെട്ടികളാണ് അതു കൊണ്ടുവരുന്നത്. വല്ലപ്പോഴും മാത്രമേ ചെട്ടികൾ വരൂ. മഞ്ചേരിയിൽ നിന്ന് പാപ്പിനിപ്പാറ യിലേക്ക് നടന്നുവരണം അക്കാലത്ത്. അഞ്ചുനാഴിക നടക്കണം. എണ്ണ ത്തിനാണ് വില. തൂക്കപപ്പടം തൂക്കിവിൽക്കും. പൂള (കപ്പ)പ്പൊടികൊണ്ട് ഉണ്ടാക്കുന്ന കട്ടികൂടിയ പപ്പടമാണത്. ഏറനാട്ടെ മുമ്പന്മാരുടെ കൈ പ്പുണ്യം. മഴക്കാലമായാൽ വെളിച്ചെണ്ണയ്ക്കും റേഷനാണ്. അതിനാൽ ചക്ക കൊണ്ടാട്ടം വറുക്കലും അപൂർവ്വം.

കർക്കടകത്തിലെ ചോറ്റുപാത്രത്തിൽ റേഷനരിച്ചോറും ചുട്ടപപ്പട വും മാത്രമേ കാണൂ. ചിലപ്പോൾ തേങ്ങാച്ചമ്മന്തിയും കാണും. ഉച്ച

യൂണിന്റെ സമയമാവുമ്പോഴേക്കും ചുട്ടപപ്പടം ചോറിനുമേൽ കുതിർന്നു പരന്നിരിക്കും.

ഇരുമ്പുഴി വടക്കുംമുറി ഗോവിന്ദ മെമ്മോറിയൽ എൽ പി സ്കൂളായിരുന്നു ഞങ്ങളുടെ വിദ്യാലയം. വിശാലമായ കളിമുറ്റം അവിടെ ഉണ്ടായിരുന്നില്ല. കളിമുറ്റത്തെക്കുറിച്ച് ആലോചിക്കേണ്ടിവന്നിട്ടില്ല. കുന്നിൻ ചെരിവുകളും പള്ളിയാലുകളുമൊക്കെ കളിമുറ്റമായിരുന്നു. സ്കൂളിനു ചുറ്റും നായർ വീടുകളായിരുന്നു കൂടുതലും. തലാപ്പിൽ എന്ന തറവാടിന്റെ ചിതറലുകൾ. സവർണതയുടെ തറവാടിത്തഘോഷണത്തിനകത്ത് ദാരിദ്ര്യത്തിന്റെ കരിവാളിപ്പുകൾ മാത്രം. ആ വീടുകളിൽ നിന്നുള്ളവരായിരുന്നു ഞങ്ങളുടെ അദ്ധ്യാപകർ.

സ്കൂളിന്റെ കിഴക്കുഭാഗത്തായിരുന്നു മാത്യേമ്മടെ വീട്. അവിടുത്തെ അംബിക എന്റെ സഹപാഠിയായിരുന്നു. അവരുടെ അടുക്കളത്തിണ്ണയിലാണ് ചോറ്റുപാത്രം കൊണ്ടുവെയ്ക്കുക. അലൂമിനിയത്തിന്റെ ചോറ്റുപാത്രമേ കുട്ടിക്കാലത്ത് കിട്ടിയിട്ടുള്ളൂ. മാത്യേമ്മയുടെ അടുക്കളയിലിരുന്ന് ഉച്ചഭക്ഷണം കഴിക്കും. ചിലപ്പോൾ അവർ കറിയെന്തെങ്കിലും തരും.

എന്റെ ക്ലാസിൽ സ്റ്റീലിന്റെ പാത്രമുണ്ടായിരുന്നത് അയ്യപ്പനാണ്. താഴ്ന്ന ക്ലാസിൽ തോറ്റതുകൊണ്ട് അല്പം മുതിർന്ന കുട്ടിയായിരുന്നു അവൻ. അവന്റെ അച്ഛൻ എപ്പോഴോ പട്ടാളത്തിൽ സേവനമനുഷ്ഠിച്ചതിന്റെ ശേഷിപ്പായിരുന്നുവത്രെ ആ സ്റ്റീൽപ്പാത്രം. മൂടിയൊന്നുമില്ലായിരുന്നു അതിന്. അവൻ ചോറുകൊണ്ടുവന്നിരുന്നില്ല. സ്കൂളിലെ ഗുലാവി (അമേരിക്കയിൽ നിന്നുള്ള മഞ്ഞച്ചോളപ്പൊടി വെള്ളത്തിൽ കലക്കി വേവിച്ചത്) മേടിക്കാനാണ് അയ്യപ്പൻ പാത്രം കൊണ്ടുവന്നിരുന്നത്. അമേരിക്കയുടെ പതാക ആദ്യമായി കണ്ടത് ഗുലാവിപ്പൊടിയുടെ പായ്ക്കറ്റിലാണ്.

ഗുലാവി പാചകം ചെയ്യാനും അയ്യപ്പനെപ്പോലുള്ള മുതിർന്ന കുട്ടികൾ സഹായിക്കും. പനയോലകൊണ്ടുള്ള തൊപ്പിക്കുടയാണ് അയ്യപ്പൻ ഉപയോഗിച്ചിരുന്നത്. പഠിക്കാൻ ഒട്ടും മിടുക്കനായിരുന്നില്ല അവൻ. പക്ഷെ പമ്പരമുണ്ടാക്കാൻ മിടുക്കനായിരുന്നു. പമ്പരമായിരുന്നു ഞങ്ങളുടെ മുഖ്യ കളിപ്പാട്ടം. പമ്പരമുണ്ടാക്കുമ്പോൾ അത് മൂളിത്തിരിയണമെങ്കിൽ നിർമ്മാണത്തിന് നല്ല കൗശലം വേണം. കുപ്പിച്ചില്ലുകൊണ്ട് മിനുക്കി തേക്കിലത്തുമ്പുകൊണ്ട് ചുവന്ന നിറം കൊടുത്ത് ഭംഗിവരുത്തിയ പമ്പരമായിരുന്നു അയ്യപ്പന്റേത്. അതൊന്ന് തിരിക്കാൻ കിട്ടാൻ അയ്യപ്പനോട് ചങ്ങാത്തം കൂടും. പമ്പരം വായുവിലെറിഞ്ഞ് അതു മൂളിത്തിരിഞ്ഞ് നിലംതൊടും മുമ്പ് കൈവെള്ളയിലെടുക്കാൻ അയ്യപ്പന് സാധിക്കും.

അത്ഭുതത്തോടെ ഞങ്ങൾ നോക്കിനിൽക്കും. നിലത്തെന്നപോലെ അയ്യപ്പന്റെ കൈ വെള്ള യിൽ പമ്പരം തിരിയും.

ഹെഡ്മാഷായ കരുണാകരൻ മാഷായിരുന്നു ഞങ്ങളുടെ കണക്കു മാഷ്. കരുണാകരൻ മാഷെ ഞങ്ങൾക്ക് പേടിയായിരുന്നു. ആഴ്ചയ്ക്കൊരിക്കൽ മാഷ് എ.ഇ.ഒ.ഓഫീസിൽ പോകുന്ന ദിവസം ഞങ്ങൾക്ക് സന്തോഷമാണ്. ഇഷ്ടമില്ലാത്ത അദ്ധ്യാപകൻ സ്കൂളിൽ വരാതിരിക്കാനുള്ള വിദ്യയും അന്ന് പ്രചാരത്തിലുണ്ടായിരുന്നു. വെള്ളാരം കല്ലിൽ മന്ത്രിച്ചൂതി കല്ലിളുമ്പിൽ കൊണ്ടുവെച്ചാൽ മതി. മൂത്രപ്പുരയുടെ പൊത്തുകളിൽ ഇങ്ങനെ ഏറ്റവും കൂടുതൽ വെള്ളാരം കല്ല് വെച്ചത് കരുണാകരൻ മാഷക്ക് വേണ്ടിയാണ്. മാഷിന്റെ നെറ്റിയിലെ മുറിവടയാളത്തെപ്പറ്റി ഒരുകഥ പ്രചരിച്ചിരുന്നു. വികൃതിയായ ഏതോ കുട്ടി കരുണാകരൻ മാഷിന്റെ ചൂരൽപ്രഹരത്തിനു മറുപടിയായി സ്ലേറ്റു കൊണ്ടെറിഞ്ഞ് ഓടിപ്പോയതിന്റെ അടയാളമായിരുന്നുവത്രെ ആ മുറിപ്പാട്. എല്ലാം കെട്ടിയുണ്ടാക്കുന്ന കഥകൾ. എന്റെ അമ്മയുടേയും അദ്ധ്യാപകനായിരുന്ന കരുണാകരൻമാഷോട് ഞങ്ങൾക്ക് ബഹുമാനമായിരുന്നു.

ഗോവിന്ദ മെമ്മോറിയിൽ സ്കൂളിനടുത്തായിരുന്നു രാധടീച്ചറുടെ നേഴ്സറി. അതിനടുത്ത് വലിയൊരു ഇലഞ്ഞിമരമുണ്ടായിരുന്നു. താൽക്കാലികമായി നിർമ്മിച്ച ഓലപ്പുരയിലായിരുന്നു ആ ബാലവാടി. ആടുന്നകുതിരയും താറാവും ഒക്കെ അവിടെ ഉണ്ടായിരുന്നു. വട്ടത്തൊടി രാധടീച്ചർ അവരുടെ കൗമാരകാലത്ത് ഗ്രാമലക്ഷ്മികോഴ്സ് കഴിഞ്ഞ് ആരംഭിച്ച ബാലവാടിയായിരുന്നു അത്. രാധടീച്ചറെപ്പോലെ കുട്ടികളെ സ്നേഹിച്ചവർ വിരളമായിരിക്കും. ഒരു ജന്മം മുഴുവൻ കുട്ടികൾക്കുവേണ്ടി സമർപ്പിച്ചു. അവർ നൽകിയ സ്നേഹം മാത്രമാണ് ടീച്ചറുടെ സമ്പാദ്യം. പ്രൈമറി സ്കൂളിലെ എന്റെ സഹപാഠികളിൽ മിക്കവരും ആ നേഴ്സറിയിൽ ഉണ്ടായിരുന്നു. പെരീക്കാട്ടെ വിജൂ, ബാലൻമാഷിന്റെ മകൻ ഉണ്ണികൃഷ്ണൻ, ശങ്കരൻ മാഷിന്റെ മകൾ ബാല, ശിവരാമൻ നായരുടെ മകൾ ചിന്നമണി...

രാധടീച്ചർ ഇപ്പോഴും നേഴ്സറിടീച്ചറാണ്. ബാലവാടി അംഗൻവാടിയായി. ഗോവിന്ദമെമ്മോറിയൽ സ്കൂളിനടുത്തുതന്നെ സ്വന്തം കെട്ടിടമുണ്ട്. ഈയിടെ ടീച്ചറെകാണാൻ പോയിരുന്നു. കരച്ചിൽ തിണർത്തമുഖമാണ് ടീച്ചർക്ക്. കൗമാരകാലത്തു തന്നെ വിവാഹിതയായി. വൈകാതെ വിവാഹബന്ധം വേർപെട്ടു. കുട്ടികളുമില്ല. പ്രസവിക്കാതെതന്നെ ഒരുപാട് കുട്ടികൾക്ക് അമ്മ. ടീച്ചറുടെ കൈപിടിച്ച് ആ കണ്ണുകളിലേക്ക് നോക്കാൻ തുടങ്ങുമ്പോഴേക്കും ടീച്ചർക്ക് കണ്ണുനിറയും.

ഗോവിന്ദമെമ്മോറിയൽ സ്കൂളിൽ വലിയ ആഘോഷമൊന്നും ഉണ്ടായിരുന്നില്ല ഞങ്ങൾക്ക്. ആഗസ്റ്റ് പതിനഞ്ചിന് ത്രിവർണ്ണപതാക യേന്തി ഘോഷയാത്ര നടത്തിയിരുന്നു. അന്ധനായ കുഞ്ചാരും കുടുംബ വും വന്ന് പാട്ടുകച്ചേരിയും നടത്തും.

തലാപ്പിൽ തറവാട്ടിൽ പാമ്പുംകാവുണ്ടായിരുന്നു. പാമ്പുംതുള്ളൽ നടക്കുമ്പോൾ ഒരാഴ്ചത്തെ ആഘോഷമാണ്. പുള്ളുവന്മാർ വന്നു തമ്പ ടിക്കും. പ്രധാന സർപ്പക്കാവ് സ്കൂളിനടുത്തായിരുന്നു. തലാപ്പിലെ മുറ്റത്ത് വലിയ പന്തലൊരുങ്ങും.

പുള്ളുവന്മാർ കളമെഴുതുന്നതും കുരുത്തോലകൊണ്ട് അലങ്കാര ങ്ങൾ ഉണ്ടാക്കുന്നതും നോക്കിനിൽക്കൻ രസമായിരുന്നു. കുരുത്തോല മെടഞ്ഞുണ്ടാക്കുന്ന പക്ഷിരൂപങ്ങൾ പന്തലിൽ ഞാഴ്ത്തിയിടും. എന്ത് ഭംഗിയായിരുന്നു ആ പക്ഷികൾക്ക്.

ഓരോദിവസവും ഓരോകളമാണ്. ഓരോനാഗത്തേയും പ്രത്യേകം പ്രീതിപ്പെടുത്തണം. പൂജസമയത്ത് നാഗകന്യകകളായി കളത്തിലിരി ക്കേണ്ടത് ഋതുമതിയാവാത്ത പെൺകുട്ടികളാണ്. അവർ കളത്തിലിരി ക്കുമ്പോൾ മാറ്മറയ്ക്കാൻ പാടില്ല. ഇളംപ്രായത്തിലെ പെൺകുട്ടികളെ കളത്തിലിരുത്തുന്നത് അതുകൊണ്ടാണ്. കളത്തിലിരിക്കുമ്പോൾ അവർ മുണ്ടാണുടുക്കുക. കുരുത്തോല കൈയിലുണ്ടാവും. ബാലയും ചിന്ന മണിയും കനകവുമൊക്കെ കളത്തിലിരുന്ന് വിറകൊള്ളുന്നത് ഓർമ്മ

യുണ്ട്.

വെള്ളിയാഴ്ചകളിൽ ഉച്ചയ്ക്ക് കൂടുതൽ ഒഴിവുസമയമുണ്ട്. ഞങ്ങൾ സ്കൂൾ മുറ്റത്തു നിന്ന് ദൂരേക്കു സഞ്ചരിക്കുക വെള്ളിയാഴ്ചകളിലാണ്. ആ യാത്രകളിലാണ് പലതരം പഴങ്ങൾ ഞങ്ങൾ കണ്ടെത്തിയിരുന്നത്.

തെച്ചിപ്പഴം പാമ്പുകൾക്ക് പ്രിയപ്പെട്ടതാണെന്ന് ഞങ്ങൾ വിശ്വസിച്ചിരുന്നു. അതിനാൽ തെച്ചിപ്പഴം പറിക്കുമ്പോൾ സൂക്ഷിക്കണം.

നന്നായിപഴുക്കുമ്പോൾ തെച്ചിപ്പഴത്തിന് ചോരനിറമാണ്. നന്നായി പഴുത്താലേ മധുരമുണ്ടാവൂ. പച്ചയ്ക്ക് ചവർപ്പാണ്. കുന്നിൻ ചെരുവിലെ തെച്ചിക്കാടുകളിൽ നിന്ന് ധാരാളം പഴങ്ങൾ പറിച്ചെടുക്കാം. തെച്ചിക്ക് ഔഷധഗുണമുണ്ട്. അതിന്റെ പഴം തിന്നുന്നത് നല്ലതാണ്. തെച്ചിപ്പൂവിട്ട് വെളിച്ചെണ്ണ കാച്ചിയാണ് ഞങ്ങളെ തേപ്പിച്ചിരുന്നത്. അപ്പുണ്ണ്യേട്ടൻ ഞങ്ങളുടെ വീട്ടിലെ ഗുളികൻ തറയിൽ പൂജചെയ്യാൻ വരുമ്പോഴും ഒളിയങ്ങോട്ടെ മച്ചിൽ വിശേഷപ്പെട്ട പൂജകൾ നടക്കുമ്പോഴും ധാരാളം തെച്ചിപ്പൂവ് വേണം. ആ ജോലി കുട്ടികൾക്കുള്ളതാണ്.

കുന്നിൻ ചെരിവിലെ തെച്ചിക്കാടുകൾക്കിടയിലാണ് മുള്ളും ചെടികൾ വളർന്നിരുന്നത്. കുറ്റിച്ചെടികളാണത്. ഓണക്കാലമാവുമ്പോഴേയ്ക്കും മുള്ളുംചെടികളിൽ കായ്കൾ നിറയും. തെച്ചിപ്പഴത്തിന്റെ വലിപ്പമാണ് മുള്ളും പഴത്തിനും. പച്ചക്കായക്ക് പുളിയാണ്. രസമുള്ള പുളിയും ഞങ്ങൾക്കിഷ്ടമായിരുന്നു. നന്നായി പഴുത്താൽ കറുത്ത നിറമാവും. നല്ലമധുരമാണ്. ചെറുപഴങ്ങളിൽ പ്രിയപ്പെട്ടത് മുള്ളുംപഴം തന്നെയാണ്.

തൊരടിയെന്നൊരുചെടിയുണ്ട്. അടുത്തുകൂടിപോയാൽ മതി മുള്ള് കൊളുത്തിവലിക്കും. തൊരടിമുൾക്കാട് അതിരിലുണ്ടെങ്കിൽ ഒന്നും പേടിക്കണ്ട. ഒരുജീവിയും അതിരുകടക്കില്ല. എന്നാൽ തൊരടിക്കായ്കൾ മൂക്കുമ്പോൾ മുള്ളുകൊണ്ട് വേദനിച്ചാലും അത് പറിച്ചെടുക്കാൻപോവും.

ചെറിയപഴമാണ് തൊരടിയുടേത്. പക്ഷെ നല്ല സ്വാദാണ്.

തൊരടിപോലെയാണ് കാരയും. കുറച്ചു കൂടി ഉയരത്തിൽ വളരുന്ന ചെടിയാണ്. കാരമുള്ളിന് നല്ല ബലമാണ്. അതിന്റെ മുള്ള് ശരീരത്തിൽ കൊണ്ടാൽ ശരിക്കും മുറിയും. കടച്ചിലും വേദനയുമുണ്ടാവും. മുള്ളും പഴത്തേക്കാൾ കുറച്ചു കൂടി വലുതാണ് കാരപ്പഴം. നന്നായി പഴുത്താൽ തൊലിക്ക് കറുപ്പുനിറമാണ്. നന്നായി പഴുത്താലേ തിന്നാൻ രുചിയുള്ളൂ.

എന്നാൽ ഞാറപ്പഴം പൊട്ടിക്കാൻ ഒരു പ്രയാസവുമില്ല. മുള്ളില്ലാത്ത ചെടിയാണ് ഞാറ. ഞാറപ്പഴവും പച്ചയ്ക്ക് തിന്നാൻ നന്നല്ല. പഴുത്താൽ തൊലികറുക്കും. പക്ഷെ ഉള്ളിൽ വയലറ്റു നിറമാണ്. ഞാവൽ

പ്പഴംപോലെ. കാരപ്പഴത്തിന്റെ വലിപ്പം തന്നെയാണ് ഞാറപ്പഴത്തിനും. ഞാറപ്പഴം തിന്നാൽ നാവിന് വയലറ്റു നിറം കിട്ടും. അതിനുവേണ്ടി കൂടിയാണ് ഞാറപ്പഴം അന്വേഷിച്ച് പോയിരുന്നത്.

നാവിൽ നിറം പടർത്തുന്ന പഴങ്ങൾ വേറെയുമുണ്ട്. ചോരകൊട്ട എന്നൊരു ചെടിയുണ്ട്. പേരുപോലെത്തന്നെയാണ് അതിന്റെ പഴം. നന്നായി പഴുത്താൽ ചോരനിറമാവും. തോട് പൊളിച്ചാൽ കുരുവിനെ ചുറ്റിനിൽക്കുന്ന മാംസളത കാണാം. ചുവന്ന ജെല്ലിപോലെ. കുരു തിന്നാൻ പാടില്ല. മധുരവും പുളിയും കലർന്ന രുചിയാണതിന്.

ഞെട്ടയ്ക്ക എന്നൊരു ചെടിയുണ്ട്. നിലത്തുപടർന്നു കിടക്കുന്ന ചെടിയാണ്. അതിന്റെ കായയെപ്പൊതിഞ്ഞ് കടലാസുപോലെ നേർത്ത ഒരാവരണമുണ്ട്. കായപഴുക്കാൻ തുടങ്ങിയാൽ ഈ കടലാസുതൊലി ഉണങ്ങും. പഴത്തിന്റെ അകത്ത് ചുണ്ടങ്ങയിലെന്നപോലെ അരിയരിയായി വിത്തുകളുണ്ടാവും. ഞൊട്ടയ്ക്കക്കും നല്ലസ്വാദാണ്. വേലിയിൽ പടരുന്ന വള്ളികളിൽ വേറെയും പഴങ്ങളുണ്ട്. ചിലത് നിറംകൊണ്ട് മോഹിപ്പിക്കുമെങ്കിലും തിന്നാൻ കൊള്ളില്ല. ചുവന്നുതുടുത്തപഴമാവും. പക്ഷെ തിന്നുമ്പോൾ കയ്പ്പായിരിക്കും. ചിലത് വിഷക്കായകളാണ്. പുളിവെണ്ടയും ഞങ്ങൾക്കിഷ്ടമായിരുന്നു. വെണ്ട വർഗ്ഗക്കാരനാണ്. കായയുടെ ചുറ്റും ഇതളുപോലെ കട്ടിയുള്ള ഒരാവരണവുണ്ട്. അതാണ് തിന്നുക. പുളിയാണതിന്. പൂച്ചെടി (ചിലന്തി) കായയും നന്ന്. ഒരു കുലയിൽ കുരമുളകുപോലെ. മണികായകൾ ദൂരെനിന്നു നോക്കിയാൽ പച്ചക്കല്ലു പതിച്ച കമ്മൽപോലെ. കായപഴുക്കുമ്പോൾ കറുപ്പായി മാറും.

സ്കൂളിനടുത്തെ ഇലഞ്ഞി പൂക്കാൻ തുടങ്ങിയാൽ സന്തോഷമാണ്. കാറ്റുവരുമ്പോൾ ഇലഞ്ഞിപ്പൂവ് പെയ്യുന്നത് നോക്കിനിൽക്കാറുണ്ട്. വീഴുന്ന ഇലഞ്ഞിപ്പൂവൊക്കെ പെൺകുട്ടികൾ മാലകോർക്കാനായി പെറുക്കിക്കൊണ്ടുപോവും. പ്രസവിച്ചു കിടക്കുന്ന സ്ത്രീകളെ ഉഴിഞ്ഞു വാങ്ങാൻ ഇലഞ്ഞിയിലകൾ ഉപയോഗിക്കും. തള്ളയ്ക്കും കുട്ടിക്കും ബാധയേൽക്കാതിരിക്കാനാണ്. ചുണ്ണാമ്പും മഞ്ഞളും ചേർത്ത കുരുതി വെള്ളം കിണ്ണത്തിലെടുക്കും. ഇലഞ്ഞിയിലയിൽ തിരികത്തിച്ച് ഉഴിഞ്ഞു വാങ്ങി കുരുതിവെള്ളത്തിലിടും. അത് പറമ്പിന്റെ വടക്കേ മൂലയിൽ കൊണ്ടുപോയിതൂത്തുകളയും.

ഇലഞ്ഞിമരച്ചോട്ടിൽ പൂകൊഴിയുംപോലെയാണ് പഴങ്ങളും കൊഴിയുക. ഇലഞ്ഞിപ്പഴത്തിന് ഓറഞ്ചുനിറമാണ്. കുരു തിന്നാൻ പാടില്ല. അതിനു ചുറ്റുമുള്ള മാംസളതയാണ് തിന്നുക. സപ്പോട്ടതിന്നും പോലെ. സപ്പോട്ടയുടെ ചെറിയ രൂപമാണ് ഇലഞ്ഞിപ്പഴം.

കുട്ടിക്കാലത്ത് അണ്ണാനും പക്ഷികൾക്കും കുട്ടികൾക്കും തമ്മിൽ

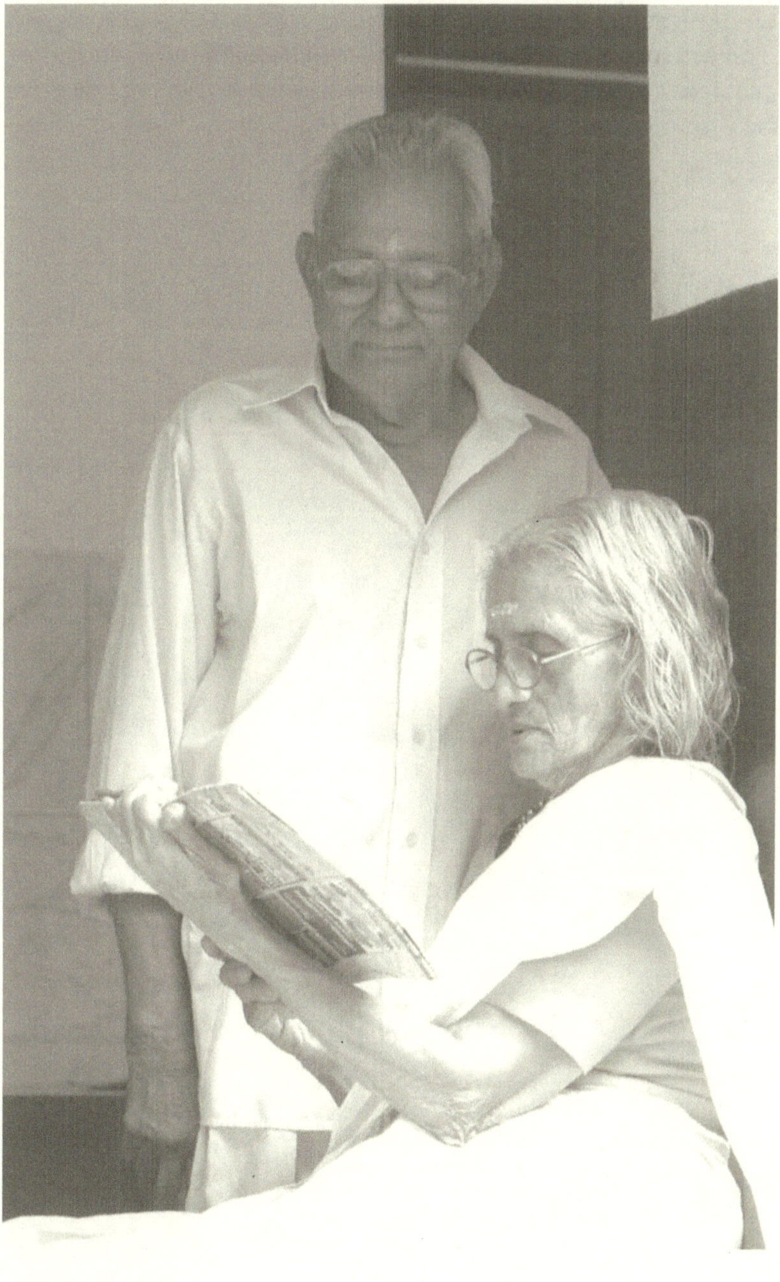

ഒരുവ്യത്യാസവും ഉണ്ടെന്ന് തോന്നിയിട്ടില്ല. മിഠായികൾ പ്രചാരമില്ലാതിരുന്ന കാലത്ത് പക്ഷികളും അണ്ണാനും സഞ്ചരിക്കുന്ന വഴികളിലൂടെ നടന്നാൽ ചെറുപഴങ്ങൾ കിട്ടുമെന്ന് ഞങ്ങൾക്കറിയാമായിരുന്നു. ഒരേ പഴങ്ങൾ ഞങ്ങൾ അവർക്കൊപ്പം പങ്കിട്ടു കഴിച്ചു.

ഓണം

ഓർമ്മകളായും മറവികളായും

കർക്കടകത്തിലെ പെരുമഴകൾ കഴുകിയെടുത്ത മണ്ണിലെ ചിങ്ങപ്പിറവികളിൽ നിന്നാണ് ഓണത്തെക്കുറിച്ചുള്ള ഓർമ്മകൾ ആരംഭിക്കുന്നത്.

ഏറനാട്ടിലെ മഴ ഗംഭീരമായിരുന്നു. അത്രക്കു തീവ്രമായി പിന്നീടൊരിക്കലും ഞാൻ മഴ അനുഭവിച്ചിട്ടുമില്ല. കുന്നുകളാൽ ചുററപ്പെട്ടതായിരുന്നു ഏറനാട്ടിലെ എന്റെ ജന്മദേശം. കുന്നിൻമുകളിൽ നിന്ന് കുത്തിഒഴുകിവരുന്ന വെള്ളത്തിൽ പാടവും തോടും ഒന്നായിത്തീരും. ആഴ്ചകളോളം സൂര്യവെളിച്ചം അപ്രത്യക്ഷമാവും. മഴ തന്നെ മഴ. എങ്കിലും ആ മഴയെ ഞങ്ങളാരും വെറുത്തിരുന്നില്ല. ഭയന്നിട്ടുമില്ല. പ്രകൃതി സമ്മാനിക്കുന്ന കളിപ്പാട്ടങ്ങൾ മാത്രം മോഹിക്കാനുണ്ടായിരുന്ന കാലത്ത് മഴയും ഒരുപാടു കളിപ്പാട്ടങ്ങൾ സമ്മാനിച്ചിട്ടുണ്ട്. ജലത്തിൽ നിന്നു കിട്ടുന്നതും വെള്ളം വററുമ്പോൾ അപ്രത്യക്ഷമാവുന്നതുമായ കളിപ്പാട്ടങ്ങൾ, ആ കളിപ്പാട്ടങ്ങൾ നഷ്ടപ്പെട്ടാലും മറ്റു ചിലതിനെ വെയിൽ കൊണ്ടുവന്നു തരും.

മഴ പെയ്യുന്ന വേളകളിൽ ചെടികളിൽ വല്ലാത്ത ഭാരം കയറ്റി വെക്കപ്പെടുന്നുണ്ട്. ഇലകൾക്കും മ്ലാനതയാണപ്പോൾ. മൂടിക്കെട്ടിയ പച്ചില മുഖത്തിന് ഒരുതരം കറുപ്പ്. ആ മ്ലാനതയെ മാറ്റി ഇലകളെ ചിരിപ്പിക്കാനും ജ്വലിപ്പിക്കാനും ചിങ്ങത്തിലെ വെയിലുതന്നെ വേണം. തെളിഞ്ഞ പച്ചയിൽ അതോടെ നിറങ്ങൾ മൊട്ടിട്ടു തുടങ്ങുകയായി. കൊടും മഴകൾക്കു ശേഷമുള്ള വെയിലിനു മാസ്മരത്വം ഏറും.

വീട്ടിൽ പൂന്തോട്ടമൊന്നുമില്ലായിരുന്നു. കുന്നുകളൊക്കെയും പൂന്തോട്ടമായിരുന്ന കാലത്ത് വീട്ടുമുറ്റത്തു മാത്രമായി അതെന്തിന്! കുന്നിൻചെരിവിലെ പൂക്കൾക്ക് അപാരമായ വൈവിധ്യമുണ്ടായിരുന്നു.

നിറത്തിൽ

ഗന്ധത്തിൽ

വലിപ്പത്തിൽ.

എങ്കിലും അവയിൽ കുറച്ചെണ്ണത്തിനു മാത്രമേ ശരിക്കും പേരുകൾ ഉണ്ടായിരുന്നുള്ളു. അവയൊക്കെ സസ്യശാസ്ത്രത്തിലെ പേരുകൾ

ആവണമെന്നുമില്ല. ആകൃതിക്കും നിറത്തിനും ഗന്ധത്തിനും അനുസരിച്ചു ചാർത്തിക്കൊടുത്ത നാട്ടുപേരുകൾ. പേരില്ലാത്തവക്കു ഞങ്ങൾ തന്നെ പേരിട്ടു. എല്ലായ്പോഴും ഒരേ പേർ തന്നെ ആവണമെന്നില്ല. പൂക്കളുടെ പേരിനെച്ചൊല്ലി എത്ര തർക്കിച്ചിരുന്നു ഞങ്ങൾ!

കുന്നിൻപുറത്ത് ഇല്ലാത്ത ചിലത് പുരയിടത്തിന്റെ അതിരിലുണ്ടാവും. ചെമ്പരത്തിയോ

നന്ത്യാർവട്ടമോ!

ചിങ്ങവെയിലിലേക്ക് ആദ്യം പിറന്നുവീഴുന്ന പൂ ഏതായിരുന്നു ?

കാശിത്തുമ്പ ?

കണ്ണാന്തളി ?

കൃഷ്ണകിരീടം ?

അറിഞ്ഞുകൂട. പാറകൾക്കിടയിലൂടെ ഇടവഴിയിലേക്കു തലനീട്ടി ഏതോ ഒരു പൂവ് പറയുന്നു.

'ഓണം അടുത്തെത്തീലോ'

കുട ചുരുക്കി ആകാശത്തേക്കു നോക്കുമ്പോൾ സൂര്യവെളിച്ചം കണ്ണിൽക്കൊള്ളുന്നു. ചിരിവരും അപ്പോൾ, സൂര്യന്റെ ചൂടേൽക്കുന്നതോടെ കാലത്തിനു വേഗത കൂടുകയായി.

കർക്കിടകത്തിന്റേത് കൂററൻ ഇരുമ്പുചക്രങ്ങളിൽ ഇരുളുന്ന

റോഡിന്റെ സമയമാണ്. ഇഴഞ്ഞ സഞ്ചാരം. മഴയുടെ തീരാത്ത പായ്യാരം പറച്ചിൽ! എന്റെയൊക്കെ കുട്ടിക്കാലത്തും കർക്കിടകം പഞ്ഞമാസംത ന്നെയായിരുന്നു. എന്നാലും മഴയെ നോക്കിയുള്ള ഇരുത്തം രസമായിരു ന്നു. ഭക്ഷണത്തിനു യാതൊരു വൈവിധ്യവും ഉണ്ടാവില്ല. അതിനാൽ വിട്ടങ്ങളിൽ വാഴനാരിന്റെ കുരുക്കിൽ തൂങ്ങിയാടുന്ന വെള്ളരിക്കകളെ ഞങ്ങൾ കുട്ടികൾ കൊഞ്ഞനംകുത്തുമായിരുന്നു.

'കെട്ട്പൊയ്ക്കൂടെ നിങ്ങൾക്ക്'

ശപിച്ചിട്ടു കാര്യമൊന്നുമില്ല.

മലിനമാകാത്ത മണ്ണിൽ നിന്നു വരുന്ന അവ മാസങ്ങളോളം കേടു വരാതിരിക്കും. അവ മോരിനും വാളൻപുളിക്കും ഒരുപോലെ പാകം. ചിങ്ങം പിറന്നാൽപിന്നെ ഭക്ഷണത്തിനു കുറേശ്ശെ വൈവിധ്യങ്ങളായി. മാസങ്ങളായി മറന്നുകിടക്കുന്ന രുചികളെ ഒന്നൊന്നായി ഓർമ്മപ്പെ ടുത്തിക്കൊണ്ടിരുന്നു.

ചിങ്ങവെയിലുകൾ കാലത്തിന്റെ വേഗം വർദ്ധിപ്പിക്കുന്നതോടെ എത്ര പെട്ടെന്നായിരിക്കും അത്തം വരുന്നത്. പെരുമഴയുടെ വരവോടെ അകന്നുപോയ കളിക്കൂട്ടങ്ങൾ വെയിലിലേക്ക് ഒത്തുചേരുകയായി. പൂവി ളികൾ ഒന്നൊന്നായി കുന്നിൻമുകളിലേക്ക് കയറിപ്പോവുകയായി. പൊന്ത കൾക്കിടയിലൂടെ വെള്ളമൊഴുകി അല്പം വഴുക്കലുള്ള ചാലുകളാണ് നടവഴി. മേടത്തിലെ അവസാനത്തെ കശുമാങ്ങയും വീണുകഴിയുമ്പോൾ ഞങ്ങൾ ഉപേക്ഷിച്ചുപോന്ന കുന്നുകളിലേക്ക് വീണ്ടും ചെല്ലുന്നത് ചിങ്ങ ത്തിലായിരിക്കും. കുന്നിലെമ്പാടും കശുമാവുകളുണ്ടായിരുന്നു.

തെളിഞ്ഞ ആകാശത്തിനു കീഴിൽ പർവ്വതനിരകൾ വ്യക്ത മായിക്കിട്ടും. ആ മലനിരകളാണ് ദൂരം എന്ന അദ്ഭുതം കൊണ്ട് ഞങ്ങളെ മോഹിപ്പിച്ചിരുന്നത്. ഏററവും അടുത്തു കാണുന്നത് പന്തല്ലൂർമല. ആ മലക്കു തുടർച്ചകൾ ഇല്ലായിരുന്നു. ഒററക്കു വലിയൊരു പീഠംവച്ച പോലെ.

പൂവിളികൾ ഓണക്കാലം അനുവദിച്ചുതരുന്ന സ്വാതന്ത്ര്യത്തിന്റെ സംഗീതമാണ്. സന്ധ്യ ചായുംവരെയും കുന്നുകളിൽ അലഞ്ഞു നടക്കാം. പ്രഭാതത്തിൽ പൂക്കളം മെഴുകാനുള്ളത് തലേന്നുതന്നെ ശേഖരിച്ചുവെ ക്കലായിരുന്നു രീതി. സൗമ്യമായ കാലാവസ്ഥയിൽ പറിച്ചെടുക്കുന്ന പൂക്കൾക്ക് യാതൊരു കേടും പറ്റിയിരുന്നില്ല.

മുറ്റത്തു കളമെഴുകാനായി പൂക്കൾ പറിച്ചെടുക്കുമ്പോൾ ചില വില ക്കുകൾ ഉണ്ടായിരുന്നു. ചില പൂക്കൾകൊണ്ട് കളം തീർത്തുകൂട എന്നു ണ്ട്. ശവംനാറിപ്പൂവ് അതിൽപ്പെടും. പാടലവർണ്ണമാർന്ന ശവംനാറി പ്പൂ ക്കൾക്ക് വളരെ സൗമ്യതയുണ്ടായിരുന്നു. പക്ഷേ സൗമ്യതക്ക് പൂക്കളെ

ത്തിൽ സ്ഥാനമില്ല.

മരവാഴവർഗ്ഗത്തിൽപ്പെട്ട ചില പൂക്കളുണ്ട്, തീജ്വാല പോലുള്ളത്. കടും വർണ്ണത്തിൽ അത്തരം പൂക്കൾക്കുമേൽ എപ്പോഴും ഈച്ചകൾ പാറി ക്കളിക്കും. തേനീച്ചകളല്ല, അഴുകിയ മാംസത്തിന്റെ ഗന്ധത്തിലേക്കു വരുന്ന മണിയനീച്ചകൾ. ആ പൂക്കളെ ഭ്രാന്തൻപൂക്കളെന്നു വിളിച്ചു. അവയെ തൊട്ടാൽ ഭ്രാന്തുവരുമെന്നു പേടിച്ചു. ഇത്തരം വിശ്വാസങ്ങ ളുടെ അടിത്തറ എന്തായിരുന്നു? അറിഞ്ഞുകൂട, വിശ്വസിച്ചിരുന്നു എന്നു മാത്രം.

കുട്ടികളൊക്കെ ഇപ്പോൾ ഏറെ മാറിപ്പോയി, ഡി.പി.ഇ.പി. കുട്ടി കൾ പ്രകൃതിയുമായി വല്ലാത്ത ചങ്ങാത്തത്തിലാണെന്നാണ് വയ്പ്. പതി നഞ്ചു പൂവിന്റെ പേരെഴുതാൻ ഒരിക്കൽ കുട്ടികളോടു പറഞ്ഞുനോക്കി അഞ്ചെണ്ണത്തിനപ്പുറം പോയില്ല. പ്രാസമൊപ്പിച്ചു കുറെ ഇംഗ്ലീഷ് പേരു കൾ.

'ഈ ഇംഗ്ലീഷ് പൂക്കളൊക്കെ വീട്ടിലുണ്ടോ'

'ഇല്ല സാർ'

'കണ്ടിട്ടുണ്ടോ'

'ഉണ്ട് സർ, ടിവിയിൽ കണ്ടിട്ടുണ്ട് സാർ'

പ്രകൃതിയുടെ സമസ്തഭാവങ്ങളും ഇപ്പോൾ ഐ.റ്റി.യുഗത്തിന്റെ സ്ക്രീനിലൂടെ മിന്നിമായുകയാണ്. അതിനാൽ പൂക്കളും വെറുമൊരു ആശ യമായി മാറുന്നു. അപ്പോൾ ആർക്കും അതിനെ തൊടണമെന്നല്ല. മണ ക്കണമെന്നില്ല.

നമ്മുടെ ഐ.റ്റി. സംസ്കാരം പ്രാന്തവൽക്കരിച്ചുകളഞ്ഞ ലോക ത്തിൽ വംശനാശം സംഭവിച്ച എത്ര പൂക്കൾ ഉണ്ടായിരിക്കും? എത്ര സസ്യ ങ്ങൾ എന്നാണല്ലോ ചോദിക്കേണ്ടത് അല്ലേ ? ഇതിന്റെ ഉത്തരം സസ്യ ശാസ്ത്രജ്ഞർ കണ്ടുപിടിക്കട്ടെ. ശാസ്ത്രീയ വിജ്ഞാനങ്ങളും വിസ്ഫോ ടനങ്ങളുമൊക്കെ പ്രകൃതിയെ പരിരക്ഷിക്കുവാനും സർഗ്ഗാത്മകമായി നിയ ന്ത്രിക്കാനുമുള്ള ഉപാധികൾ മാത്രമാവേണ്ടതാണ്. പ്രകൃതി നൽകുന്ന വരദാനങ്ങൾക്കപ്പുറത്ത് ആത്മീയമോ ഭൗതികമോ ആയ യാതൊരു നില നിൽപും ജീവികുലത്തിനില്ല.

ജീവിതരീതിയും ചിന്താരീതിയും മാത്രമല്ല മാറിയത്. മനുഷ്യന്റെ ഘടന തന്നെ മാറുന്നു. മനുഷ്യന്റെ മാറ്റത്തെ പ്രകൃതിയും തിരിച്ചറിയു ന്നുണ്ട്. കുട്ടികൾ പൂക്കളെ പരിഗണിക്കാതിരിക്കുമ്പോൾ അവയും സങ്ക ടത്തോടെ പിൻവാങ്ങുന്നുണ്ടാവാം. കുട്ടികളെ ആട്ടിയകറ്റിയതോടെ വസന്തം വരാതായ പൂന്തോട്ടത്തെക്കുറിച്ച് ഒരു കഥയില്ലേ? ഇവിടെ ആട്ടി

യിറക്കപ്പെടലില്ല. പൂന്തോട്ടങ്ങളെ കുട്ടികൾ താനേ ഉപേക്ഷിക്കുകയാണ്. ഐ.റ്റി എന്ന രാക്ഷസന്റെ വായിലേക്കു നടന്നുപോവുകയാണ്. ആ വായിലെ മായക്കാഴ്ചകൾക്ക് അത്രക്ക് ആകർഷകത്വമുണ്ട്. പേപ്പറില്ലാത്ത ഒരു കാലം തീർച്ചയായും ശാസ്ത്രത്തിന്റെ കാവ്യാത്മകമായ സാക്ഷാത്കാരം തന്നെയാണ്. സമ്മതിക്കുന്നു. അതിൽ നിന്നുണ്ടാകുന്ന ഒരു വികസന സംസ്കാരത്തിന്റെ പേരിൽ പ്രകൃതി അപായകരമായ മലിനീകരണത്തിൽ നിന്നു മുക്തമാവേണ്ടതാണ്. പക്ഷേ, ഒന്നും സംഭവിക്കുന്നില്ല. അദ്ധ്വാനഭാരം ലഘൂകരിക്കപ്പെടുന്തോറും ഒഴിവുസമയം കൂടിവരുന്നു. എന്നാൽ ഒരു മരത്തിന് കീഴിൽ ധ്യാനിച്ചിരിക്കാൻ, പൂമ്പാററയേയും പറവകളെയും ആകാശത്തേയും നോക്കി, നോക്കിയിരിക്കാൻ ആർക്കുമില്ല നേരം. ആ നേരം കൂടി തിന്നും കുടിച്ചും ഭോഗിച്ചും ആത്മീയശൂന്യതയിലേക്ക് എടുത്തെറിയപ്പെടുന്ന മനുഷ്യർ ഉണ്ടാക്കുന്ന മുറിവുകൾ പ്രകൃതിയിൽ വർദ്ധിച്ചുവരികയാണ്. എങ്കിൽ ഈ വികസനസംസ്കാരം എന്തിനെന്നു ചോദിച്ചുപോവുന്നു.

മടങ്ങിവരാം

ചിങ്ങത്തിലേക്ക്, പൂവിളികളിലേക്ക്, ഓണത്തിലേക്ക്! ഇപ്പോൾ മാധ്യമങ്ങൾ പ്രചരിപ്പിച്ചുകൊണ്ടിരിക്കുന്ന മാവേലിയുടെ ചിത്രമൊന്നും എന്റെ കുട്ടിക്കാലത്ത് ഞാൻ കണ്ടിട്ടില്ല. ഒരു പൊണ്ണൻബ്രാഹ്മണനായി മാവേലിയെ ചിത്രീകരിച്ചുവെച്ചത് ഏതു ഹൈന്ദവതയുടെ ഗൂഢാലോചനയാണ് ? അസുരവീര്യത്തെ മുൻനിർത്തി ഇങ്ങനെയൊരു രൂപകല്പന വയ്യേ വയ്യ. ചവിട്ടിത്താഴ്ത്തിയ അതേ ചതികളാൽ മഹാബലി അദ്ദേഹത്തിന്റെ തിരിച്ചുവരവിലും ഹൈജാക്ക് ചെയ്യപ്പെടുന്നു. വല്ലാത്തൊരു ദുർവിധി തന്നെ. പൂവിളികൾ അസ്തമിക്കുന്ന കേരളത്തിലെ ഓണം ഏതു മലയാളിയുടേതെന്ന് ചോദിക്കാം അല്ലേ? ഋതുപ്പകർച്ചയുടെ, വിളവെടുപ്പിന്റെ ഒക്കെ ഉത്സവത്തിനപ്പുറം യാതൊരു വ്യാഖ്യാനവും ഓണത്തിനു നൽകേണ്ടതില്ല.

മലയാളത്തിന്റെ അതിരിനകത്ത് ഒതുങ്ങിനിൽക്കുന്ന മതാതീതമായ ഓരാഘോഷം. രാമനും കൃഷ്ണനും അടക്കം കാക്കത്തൊള്ളായിരം ദൈവങ്ങളുടെ പേരിൽ മലയാളികളുടെ സ്വത്വത്തിലേക്കു പാഞ്ഞുകയറുന്ന ഹൈന്ദവതയെ ചെറുക്കാൻ ഓണം പോലെ മറ്റെന്ത് ആഘോഷമുണ്ട് മലയാളിക്ക് ? ഒരർത്ഥത്തിൽ ദൈവംതന്നെയും വില്ലനായി നിൽക്കുന്നതാണ് ഓണത്തിന്റെ മിത്ത്. അതിനാൽ മതാത്മകതക്ക്, ആ മിത്തിനുള്ളിലേക്കു കയറിപ്പറ്റാൻ വിഷമമാണ്. എന്നിട്ടും മഹാബലിക്കൊരു ബ്രാഹ്മണസ്വരൂപം നൽകി ഹൈന്ദവത ഓണത്തേയും കവർന്നെടുത്തു.

ഒരുപക്ഷേ, ഈ ചതി കൊച്ചിരാജാക്കന്മാരുടെ അത്തച്ചമയയാത്ര തൊട്ടു തുടങ്ങിയതായിരിക്കുമോ? വിഗ്രഹാരാധന നിഷിദ്ധമായവനും അവന്റെ മുറ്റത്തേക്കുകൊണ്ടുവരാവുന്ന മനോഹരമായ പൂക്കളമേ ഓണാനുഷ്ഠാനത്തിന്റെ അടിത്തട്ടിലുള്ളൂ. ഖുർ-ആൻ വചനങ്ങളെ അറബി കാലിഗ്രാഫിലൂടെ ഉജ്ജ്വല ചിത്രമാക്കിമാറ്റുന്ന പ്രക്രിയപോലെ ഒന്ന്. ആ പൂക്കളത്തെ വീണ്ടെടുത്തുകൊണ്ട് മതത്തിന്റെ അതിരുകളില്ലാത്ത ഒരു ലോകത്ത് ഓണത്തെ സങ്കല്പിക്കാൻ നമുക്ക് കഴിയേണ്ടതാണ്. എന്നാൽ സംഭവിക്കുന്നത് അതൊന്നുമല്ല. ഓണം അപായകരമാം വിധം ഹൈന്ദ

വതയിലേക്കു ചുരുങ്ങിവരുന്നു.

മുസൽമാന്റേയും ക്രിസ്ത്യാനിയുടേയുമൊക്കെ മതവിശുദ്ധിക്കുവേണ്ടിയുള്ള തീവ്രവാദചിന്തയുടെ ഭാഗമായി പാവം ഓണത്തെ ചവിട്ടിപ്പുറത്താക്കേണ്ടി വന്നാൽ സംഘപരിവാർ ഓണത്തിനു മേലും വിജയക്കൊടി നാട്ടും. ഇതിലൂടെ മായ്ക്കപ്പെടുന്നത് മലയാളികളുടെ സെക്യൂലറിസ്റ്റ് സ്വപ്നങ്ങളും ആയിരിക്കും. മലയാളി മതം മറന്ന് ഓണം ആഘോഷിച്ചിരുന്ന ഒരു കാലം ഉണ്ടായിരുന്നു. ഉദയംപേരൂർ സുനഹദോസ് തന്നെ തെളിവുകൾ നൽകുന്നുണ്ട്. ക്രിസ്ത്യാനികൾ ഓണം ആഘോഷിക്കരുത് എന്ന സുനഹദോസ് അനുശാസിക്കാൻ കാരണം അതാണല്ലോ. ഇസ്ലാമിക അധികാരം അങ്ങനെയൊരു തിട്ടൂരം പുറപ്പെടുവിച്ചിട്ടുണ്ടോ? അറിയില്ല. പോർച്ചുഗീസുകാരുടെ മതാധിപത്യം ഉറപ്പിക്കാനും ലത്തീനീകരിക്കാനും നടത്തിയ ഗൂഢാലോചനയായിരുന്നു സഭയിലെ നവീകരണ ശ്രമമെന്ന സുനഹദോസ്. പക്ഷേ കൂനൻ കുരിശു സത്യത്തിലൂടെ ഇത്തരം ആധിപത്യ ശ്രമങ്ങളെ ചെറുക്കാൻ ശ്രമിച്ച ഒരു ക്രിസ്തീയതയും ഇവിടെ ഉണ്ടായിരുന്നു. ക്രിസ്തീയതയുടെ മലയാളിഭാവമെന്ന് അതിനെ വിശേഷിപ്പിക്കാം. കാലക്രമത്തിൽ ആ ഭാവത്തിനാണ് കേരളത്തിൽ വേരോട്ടമുണ്ടായത്. ഇങ്ങനെ ചില ഭാവങ്ങൾ മുസ്ലീങ്ങളുടെ സാമൂഹ്യ ജീവിതത്തിലും ഉണ്ടായിരുന്നു. കാലക്രമത്തിൽ അവ മങ്ങിമായുകയാണ് ചെയ്തത്. അതിരുകളില്ലാത്ത മലയാളത്തിലൂടെ ഓണത്തെ വീണ്ടെടുക്കാൻ നമുക്കു കഴിയുമോ? കഴിഞ്ഞില്ലെങ്കിൽ ഓണപ്പൂക്കളമെന്നതു കേവലം ഒരലങ്കാരത്തിൽ ഒതുങ്ങും. കാലക്രമത്തിൽ അതു ഡോട്ട്കോം മാത്രമായി മാറും. കമ്പ്യൂട്ടർ വൈറസിന് മായ്ച്ചുകളയാവുന്ന ഒന്ന്.

കുന്നുകളിലേക്ക് കയറിപോകുന്ന പൂവിളികൾക്കായി നമുക്ക് കാതോർത്തിരിക്കാം.

പൂച്ചക്കുട്ടികളും തേൻകിളികളും

വളർത്തു മൃഗങ്ങളുള്ള തറവാടായിരുന്നു ഞങ്ങളുടേത്. ഓർമ്മയിൽ എപ്പോഴുമുള്ളത് ഒരു പാണ്ടൻ നായയുടെ ജീവിതവും മരണവുമാണ്. ഏറെക്കാലം ആ പാണ്ടൻനായ വീടിനുകാവൽനിന്നിട്ടുണ്ട്. ശൗര്യമുള്ള കുര അവസാനിച്ചുതുടങ്ങിയാൽ വീട്ടുനായകൾക്ക് പ്രസക്തിയുണ്ടാവില്ല. ഒരു കാലത്ത് അവന്റെ കുര ചോരൻ കുന്നോളം ചെന്നു മുഴങ്ങിയിരുന്നു. കുളിക്കാൻ പോകുന്ന സ്ത്രീകളേയും പള്ളിയാലിലേക്കു പോകുന്ന കുട്ടിമാമയേയും അവൻ അനുഗമിച്ചിരുന്നു. തൊഴുത്തിലെ പശുക്കൾക്കും അവനായിരന്നു സംരക്ഷകൻ.

ശരീരത്തിൽ പലയിടത്തായി രോമം കൊഴിയുകയും കണ്ണിൽ പീള കെട്ടുകയും സദാനേരവും ഒരിടത്ത് അവൻ ചുരുണ്ടു കൂടി കിടക്കുകയും ചെയ്തപ്പോൾ അതിനെ കൊല്ലാൻ കുട്ടിമാമ തീരുമാനിച്ചു. രാത്രിയിൽ നിഴലനക്കങ്ങൾ അവന് കാണാനേ പറ്റുകയില്ല എന്നും കുട്ടിമാമ തിരിച്ചറിഞ്ഞു. രോഗം വന്ന നായയെ കൊല്ലാൻ പരമ്പരാഗതമായ ഒരു രീതിയുണ്ടായിരുന്നു. കാഞ്ഞിരവേരിന്റെ മുകളിലത്തെ തൊലി ചുരണ്ടിയെടുത്ത് ശർക്കര ചേർത്താൽ അത് ശരിക്കും വിഷമായിമാറും. അത് ചോറിൽചേർത്ത് നായയ്ക്ക് കൊടുത്താൽ മതി. അല്പം വയറ്റിലെത്തുകയേവേണ്ടൂ. പിന്നെ ആ മൃഗങ്ങൾ ഏറെനേരം എഴുന്നേറ്റ് നടക്കില്ല. ഞങ്ങളുടെ പാണ്ടൻനായ തൊഴുത്തിന്റെ പിന്നാമ്പുറത്ത് ചത്തുകിടക്കുന്നതാണ് ഞങ്ങൾ കണ്ടത്.

പൂച്ചകളെ ആരും കൊണ്ടുവന്ന് വളർത്തിയില്ലെങ്കിലും അവ വീടന്വേഷിച്ചുവന്നുകൊള്ളും. പ്രസവിക്കാറായ പൂച്ച എവിടെനിന്നെങ്കിലും വീടന്വേഷിച്ചുവരുന്നത് ഐശ്വര്യമായികരുതിയിരുന്നു. പ്രസവിച്ച ശേഷം അവയെ ആട്ടിപ്പായിക്കുമെങ്കിലും വീർത്തവയറുമായി വീട്ടിലേയോ തൊഴുത്തിലേയോ അട്ടം തേടി വരുമ്പോൾ അവയെ തടയൻ പാടില്ലായിരുന്നു.

പൂച്ചക്കുട്ടികൾ അട്ടത്തുനിന്ന് പുറത്തിറങ്ങാൻ തുടങ്ങിയാൽ വല്യ ശല്യമാണ്. ചിലപ്പോൾ അവയ്ക്ക് നടക്കാറാവും മുമ്പ് തള്ളപ്പൂച്ചതന്നെ കുഞ്ഞുങ്ങളെ മറ്റേതെങ്കിലും വീട്ടിലേക്ക് കടിച്ചെടുത്ത് കൊണ്ടു പോകാ

റുണ്ട്. ഏഴില്ലം കടത്തുക എന്നാണതിന്റെ പേര്. പലയിടത്തും കൊണ്ടു പോയി തറവാട്ടിൽ തന്നെ തിരിച്ചെത്തുകയും ചെയ്യാറുണ്ട്. പൂച്ചകൾ പെരുകിയാൽ എലികളുടെ ശല്യം കുറയുമെങ്കിലും വീട്ടിൽ പാലും വെണ്ണയും ഉണക്കമീനും ഒക്കെ സൂക്ഷിക്കാൻ പ്രയാസപ്പെടും. അപ്പോൾ അവയെ കരകടത്തും. നായകളെ കൊല്ലുംപോലെ പൂച്ചകളെ ഒരിക്കലും കൊല്ലാറില്ല. പൂച്ചകളെ കൊന്നാൽ കൈകൾക്ക് വിറയൽ വാതം എന്ന രോഗം വരും എന്നായിരുന്നു വിശ്വാസം. അതിനാലാണ് കര കടത്തുന്നത്. ചാക്കിൽ കെട്ടിയാണ് കരകടത്തുക. ചാക്കിലിടാതെ അവയെ എത്ര ദൂരേയ്ക്ക് കൊണ്ടുപോയിട്ടും കാര്യമില്ല. സഞ്ചരിച്ച വഴിയൊക്കെ താണ്ടി അവ വീട്ടിൽ തിരിച്ചെത്തും. വിസ്മയിപ്പിക്കുന്ന സഞ്ചാരങ്ങളാണ് പൂച്ചകളു ടേത്. ചെത്തലപ്പട്ടികളുടെ കുഞ്ഞുങ്ങളേയും ഈ വിധം കരകടത്താ റുണ്ട്. അലഞ്ഞുനടക്കുന്ന പട്ടികൾ പറമ്പിലെ കല്ലുവെട്ടു കുഴിയിലൊ ക്കെയാണ് പ്രസവിക്കുക. പട്ടി പ്രസവിച്ചു കിടക്കുന്ന കല്ലുവെട്ടുകുഴിയുടെ അടുത്തുകൂടി പോവാൻ പാടില്ല. അവ കുരച്ചു ചാടി പിന്തുടരും. പ്രസവിച്ചുകിടക്കുന്ന പട്ടിയെപ്പോലെ എന്നൊരു ചൊല്ലുതന്നെയുണ്ട്. പ്രസവിച്ച ഉടൻ നായക്കുട്ടികളേയും പട്ടിക്കുട്ടികളേയും കാണാൻ നല്ലചന്തമാണ്. ആ ചന്തവും സൗന്ദര്യവും നോക്കി ചെത്തലപ്പട്ടികളുടെ കുഞ്ഞുങ്ങളെ വളർത്തിക്കൂട. മഹാശല്യക്കാരായി അവ മാറും.

വീട്ടിൽ പൂച്ചകൾ ഇല്ലാതായാൽ എലികൾ പെരുകും. തട്ടിൻ

പുറത്തുനിന്ന് എലിപ്പാച്ചിലിന്റെ ഒച്ചകേട്ടുതുടങ്ങിയാൽ എലിപ്പെട്ടി പത്തായത്തിൽനിന്ന് പുറത്തെടുക്കും. എലിപ്പെട്ടിയിൽ കൊളുത്തി വെയ്ക്കുന്ന ഭക്ഷണം കപ്പയോ ഉണക്കമീനോ ആണ്. തേങ്ങാപ്പൂള് ചുട്ടെടുത്തതാണ് എലികളെ ഏറ്റവും കൂടുതൽ ആകർഷിക്കുക. വല്ലാത്ത മണമാണതിന്. എലി, കെണിപ്പെട്ടിയിൽ അകപ്പെട്ടാൽ പെട്ടിയുമെടുത്ത് കുളത്തിലേക്കുപോകും. അത് ഏറെനേരം വെള്ളത്തിൽ മുക്കിവെച്ചാൽ എലി ശ്വാസംമുട്ടിച്ചാവും.

തറവാട്ടിലെ തൊഴുത്ത് നല്ല ഉയരമുള്ളതായിരുന്നു. തൊഴുത്തിനോടുതൊട്ടു തന്നെയായിരുന്നു നെല്ലുകുത്താനുള്ള ഉരലും ഇട്ടിരുന്നത്. നെല്ലുകുത്തുമ്പോൾ ഉലക്ക മോന്തായത്തിൽ തട്ടാൻ പാടില്ല. അതുകൊണ്ടാണ് മേൽക്കൂരയ്ക്ക് ഉയരം കൂട്ടുന്നത്. ഈറപ്പന കൊണ്ടുള്ള പാത്തിവിരിച്ചതാണ് തൊഴുത്ത്. പശുവും കുട്ടിയും വീടിന്റെ ഐശ്വര്യമാണ്. സൗമ്യപ്രകൃതിയുള്ള ഒരു വീട്ടിലെത്തിയാൽ അനേക വർഷങ്ങൾ അത് വീട്ടിൽ തന്നെകാണും. പാലു കറക്കാനായി പെണ്ണുങ്ങൾക്ക് അനുസരണയോടെ നിന്നുകൊടുക്കുക, പറമ്പിലേക്ക് കുട്ടികൾ മേക്കാൻ കൊണ്ടുപോകുമ്പോൾ കയറുവലിച്ച് ഓടാതിരിക്കുക, ഇതൊക്കെയാണ് ഒരു പശുവിനെത്തന്നെ അനേകവർഷം പോറ്റാനുള്ള പ്രേരണ. പാല് അല്പം കുറഞ്ഞാലും സാരമാക്കില്ല. അങ്ങനത്തെ ഒരു തള്ളപ്പശുവായിരുന്നു എന്റെ കുട്ടിക്കാലത്ത് തൊഴുത്തിലുണ്ടായിരുന്നത്. കറവവറ്റിയാൽ അടുത്ത പ്രസവം വരെ കാത്തിരിക്കണം. വാങ്ങുന്ന പാല് ഒന്നിനും തികയില്ല. ഒരുനേരം കട്ടൻകാപ്പി പതിവാക്കും. രാവിലത്തെ കഞ്ഞിയിൽ നിന്ന് ഉരുക്കുനെയ്യിന്റെ ഗന്ധമൊഴിയും.

പശു പ്രസവിക്കാറായ തീയതിയടുത്താൽ കുട്ടിമാമയ്ക്ക് ഉറക്കമേവരില്ല. ഇടയ്ക്കിടയ്ക്ക് തൊഴുത്തിൽ ചെന്നു നോക്കും. പശു പ്രസവിച്ചാൽ ചവറ് (മറുപിള്ള) വീഴുംവരെ കാത്തുനിൽക്കണം. അത് പശുക്കൾ തന്നെ തിന്നുന്ന ശീലമുണ്ട്. അതാണ് ശ്രദ്ധിക്കേണ്ടത്. ചവറ് വീണാൽ അത് മണ്ണിൽ കുഴിച്ചിടാനും പാടില്ല. പൊതിഞ്ഞുകെട്ടി പാലയോ ആലോ പോലുള്ള വിശുദ്ധ വൃക്ഷങ്ങളുടെ കൊമ്പിൽ തൂക്കിയിടണം. ചവറ് പൊതി തൂങ്ങിയാടുന്ന പാലക്കൊമ്പുകൾ കാർഷിക കേരളത്തിന്റെ ഉർവ്വര ബിംബമായിരുന്നു.

പാതിരായ്ക്കാണ് പശു പ്രസവിക്കുന്നതെങ്കിൽ ഞങ്ങൾ കുട്ടികൾ ഒന്നുമറിയില്ല. രാവിലെ ഉമ്മറത്തെത്തിയാൽ തുള്ളിക്കളിക്കുന്ന ഇളവെയിലുപോലെ ഒരുപശുക്കുട്ടി. അതിന്റെ ചുണ്ടിൽ പാൽപ്പതയാവും. ഞങ്ങളതിനെ കെട്ടിപ്പിടിച്ച് ഉമ്മവെക്കും. പിന്നെ കുറേനാളത്തേക്ക് ആ

പശുക്കുട്ടിയാണ് കളിക്കൂട്ട്. പശുക്കുട്ടിയുടെ കഴുത്തിൽക്കെട്ടാൻ മനോഹരമായ വടം വേണം. അതിലൊരുമണിയും വേണം. പശുക്കുട്ടികളെ മേയ്ക്കാൻ കൊണ്ടുപോകുമ്പോൾ അവ പൊന്തക്കാടുകളിൽ അപ്രത്യക്ഷമായാൽ ശബ്ദം കൊണ്ട് കണ്ടെത്താനാണ് മണികെട്ടുന്നത്. പശുക്കുട്ടിയെ തീറ്റേണ്ടത് കുട്ടികളുടെ ജോലിയാണ്. സാധാരണ പശു പ്രസവിച്ചു കഴിഞ്ഞാൽ ഒരാഴ്ച കഴിഞ്ഞേ വീട്ടിലെ ഉപയോഗത്തിന് പാലെടുക്കൂ. പശുക്കൾക്ക് ദീനം വന്നാൽ ഒമാന്നൂർ ശുഹൂദാക്കൾക്ക് (ഓമാനൂരിൽ രക്തസാക്ഷികളുടെ കബറിടങ്ങൾ ഉണ്ട്)നേർച്ചയായി കുറച്ച് പണം പശുക്കളുടെ കഴുത്തിൽ പൊതിഞ്ഞു കെട്ടാറുണ്ട്. അത് എല്ലാമതത്തിലും പെട്ടവരും ചെയ്യും. ആ പണം ഓമാനൂർ ശുഹൂദാക്കളുടെ നേർച്ചപ്പെട്ടി യിൽ കൊണ്ടിടും.

പശു പ്രസവിച്ചാൽ വീട്ടിനകത്തുനിന്ന് തൈരുകടയുന്ന ഒച്ചകേട്ടു തുടങ്ങും. രാവിലത്തെ കഞ്ഞിയിൽ വെണ്ണയുരുള വീണു തുടങ്ങും. വല്ലപ്പോഴുമെങ്കിലും നെയ്യു പുരട്ടിയ ദോശകിട്ടും.

സവർണരായ ഹിന്ദുക്കളുടെ വീടുകളിൽ എരുമകളെ വളർത്തിയിരുന്നില്ല. പണ്ടൊന്നും എരുമപ്പാൽ ഞങ്ങളുടെ തറവാട്ടിൽ ഉപയോഗിച്ചിരുന്നതുമില്ല. കൂടുതൽ പാൽ കിട്ടണമെങ്കിൽ എരുമകളെത്തന്നെ വളർത്തണം. എന്നാൽ അയൽപക്കത്തെ മുസ്ലീം വീടുകളിലൊക്കെ എരുമകളെ വളർത്തി. കാലക്രമേണ തറവാട് ക്ഷയിക്കുകയും പശുവില്ലാത്ത തൊഴുത്ത് ചോർന്നൊലിക്കാൻ തുടങ്ങുകയും ചെയ്തപ്പോൾ തറവാട്ടിലും എരുമപ്പാല് മേടിച്ചു തുടങ്ങി.

പശുക്കൾക്ക് മാത്രമല്ല കോഴികൾക്ക് ദീനം വന്നാലും ഓമാനൂർ ശുഹൂദാക്കൾക്ക് പണം ഉഴിഞ്ഞുവെച്ച് വിട്ടത്തിൽ കെട്ടിത്തൂക്കിയിരുന്നു. പക്ഷെ കാര്യമൊന്നുമില്ല. കോഴിവസന്ത വന്ന് ഒക്കെയും ചത്തൊടുങ്ങുകപതിവാണ്. അപൂർവ്വം ചിലത് രോഗത്തെ അതിജീവിക്കും. രോഗം പടരുമെന്നുകണ്ടാൽ ഓരോന്നിനെയായി കൊന്നുതിന്നും. ചിലകാലങ്ങളിൽ കോഴികൾക്ക് പേൻ വരും. അവ കുടഞ്ഞിടുന്ന പേൻ വീട്ടിലൊക്കെ പടരാൻ തുടങ്ങിയാൽ കോഴിപ്പേനിന് പ്രതിവിധി കണ്ടെത്തണം. പരൽ മീനുകളെ കൊന്ന് വെള്ളത്തിലിട്ട് ചീയിച്ച് കോഴിക്കൂട്ടിലും കോഴിച്ചിറകുകളിലും തളിച്ചാൽ മതിയെന്ന് വിശ്വസിച്ചിരുന്നു. കോഴിവസന്തയൊന്നുമില്ലെങ്കിൽ അപൂർവ്വമായേ കോഴികളെ കൊല്ലാറുള്ളൂ. ഒന്നുകിൽ വിരുന്നുകാര് വരുമ്പോൾ. അതല്ലെങ്കിൽ ഗുളികന് കൊടുക്കുമ്പോൾ. വീടിന്റെ പടിഞ്ഞാറുഭാഗത്ത്, മേലേകണ്ടത്തിൽ കുങ്കുമമരത്തിന്റെ ചോട്ടിലാണ് ഗുളികൻതറ. മന്ത്രവാദിയായിരുന്ന എന്റെ

മുത്തച്ഛന്റെ മരുമകനായ അപ്പുണ്ണിയേട്ടനായിരുന്നു കർമ്മി. വർഷത്തിൽ ഒരിക്കലെങ്കിലും ഗുളികനു കൊടുക്കണം.

കോഴിക്കുഞ്ഞുങ്ങൾ വിരിഞ്ഞിറങ്ങിയാൽ എറളാടി എന്നു വിളിക്കുന്ന കോഴിഅമുക്കനെ ശ്രദ്ധിക്കണം. പരുന്തു വർഗ്ഗത്തിലെ ചെറിയ പക്ഷിയാണത്. മനുഷ്യരുടെ കണ്ണിൽപ്പെടാതെ അതിവേഗത്തിലാണ് ആ പക്ഷി സഞ്ചരിക്കുക. ആ പക്ഷി കോഴിക്കുഞ്ഞിനെ കവർന്നെടുത്തു കൊണ്ടുപോകുമ്പോൾ കോഴിക്കുഞ്ഞിന്റെ നിലവിളി ആകാശത്തേയ്ക്കുയർന്നു പോകുന്നതേ കേൾക്കൂ. മനുഷ്യരുടെ കണ്ണിൽപ്പെടാതെ മറഞ്ഞു നടക്കുന്ന ധാരാളം പക്ഷികളുണ്ട്. കൂമൻ വർഗ്ഗത്തിലെ പക്ഷികൾ മിക്കതും ആ ഗണത്തിൽപ്പെടും. കാലങ്കോഴിയെ എന്നും ഭയമായിരുന്നു ഞങ്ങൾക്ക്. ഒച്ചകൊണ്ട് ഭയപ്പെടുത്തി നിർത്തുന്ന പക്ഷിയാണത്. ആളുകൾ മരിക്കാൻ കിടക്കുമ്പോൾ വീട്ടുപറമ്പിൽനിന്ന് അത് വിട്ടുപോകില്ല എന്നാണ് വിശ്വാസം. സന്ധ്യനേരത്താണ് ആ പക്ഷി വരിക. കാലങ്കോഴിയുടെ ഒച്ചകേട്ടുതുടങ്ങിയാൽ ഇരുമ്പുകത്തിയോ കമ്പിയോ എടുത്ത് അടുപ്പിലിട്ടു പഴുപ്പിക്കും. അപ്പോഴത് പറന്നു പൊയ്ക്കോളുമെന്നാണ് അമ്മമ്മ പറയാറ്. കണ്ണുകൾക്ക് പിടിതരാത്ത പക്ഷികളാണ് ചക്കയ്ക്കുപ്പുണ്ടോ കുയിലും (വിത്തും കൈക്കോട്ടും) വേഴാമ്പലു

മൊക്കെ. ചൂള എന്നു വിളിക്കുന്ന പച്ച പ്രാവുമതെ. അവയൊക്കെ മരങ്ങളുടെ വലിയ ഉയരത്തിലാണിരിക്കുക. അതിനാൽ ഞങ്ങൾക്കുപ്രിയം പൂത്താങ്കീരികളേയും, തേൻകിളികളേയും, തുന്നാരനേയും, മഞ്ഞക്കിളിയേയും, വാഴംതത്തയേയും, ഒക്കെയായിരുന്നു. ചെമ്പരത്തി പൂത്തു തുടങ്ങിയാൽ തേൻകിളികൾ പൂന്തേനിനുവരും. കറുത്ത തേൻകിളിയുടെ ചിറകിൽ വെയിലുതട്ടിയാൽ അതിൽനിന്ന് മാരിവില്ലുകൾ പിറക്കും. ചെമ്പരത്തി മരങ്ങളിലാണ് തുന്നാരൻ കിളികൾ കൂടുവെച്ചിരുന്നത്. കുട്ടികൾ തോന്നിയ പേരിടുന്ന എത്രയോ കിളികൾ പലകാലത്ത് പലനേരത്ത് പ്രത്യക്ഷപ്പെടും. നിലത്തൻ കിളിയെപ്പോലുള്ളവ സന്ധ്യനേരത്താണ് മുറ്റത്ത് കൊത്തിപ്പെറുക്കാൻ വരിക. വീട്ടുമുറ്റത്തെ ഒച്ചകൊണ്ട് നിറയ്ക്കണമെങ്കിൽ പൂത്താങ്കീരികൾ തന്നെ വരണം.

പള്ളിയാലുകളിൽ നെല്ല് കതിരണിഞ്ഞുതുടങ്ങുമ്പോൾ തത്തകൾ ധാരാളമായിവരും. ആറ്റക്കിളികൾ കൂടൊരുക്കി കാത്തിരിക്കുന്നതും കൊയ്ത്തുകാലത്തിനുവേണ്ടിയാണ്. തെങ്ങോലകളിലും പനയോലകളിലും തൂങ്ങിക്കിടക്കുന്ന കൂരിയാറ്റകൂടുകൾ അത്ഭുതത്തോടെ നോക്കിനിന്നിട്ടുണ്ട്. അപൂർവ്വമായി കൂടുകൾ വീണുകിട്ടും. ഉണങ്ങിനിൽക്കുന്ന കൊന്നത്തെങ്ങിന്റേയോ പനയുടേയോ പൊത്തുകളിലാണ് തത്തകൾ പാർക്കുക. തത്തകൾ പാർക്കുന്ന പൊത്തുകൾ കണ്ടെത്താൻ മിടുക്കനായ രവിയെന്നൊരു കൂട്ടുകാരൻ എനിക്കുണ്ടായിരുന്നു. പനയിലെ പൊത്തുകൾ എവിടെയുണ്ടെന്ന് അവൻ അന്വേഷിച്ചു നടന്നിരുന്നു. പൊത്തുകളിൽ കിളിക്കുഞ്ഞുങ്ങൾ പിറക്കുന്ന കാലവും അവനറിയാമായിരുന്നു. തത്തച്ചിന്നനേയും പൂന്തത്തയേയും ഒക്കെ അവൻ പിടിച്ചുകൊണ്ടുവരുന്നത് അസൂയയോടെയാണ് ഞങ്ങൾ കണ്ടിരുന്നത്. രവിയെ കാണുമ്പോൾ മിക്കപ്പോഴും അവന്റെ ട്രൗസറിന്റെ പോക്കറ്റിൽ അണ്ണാൻ കുഞ്ഞുണ്ടാവും. ചുമലിൽ തത്തയുണ്ടാവും. പക്ഷികളുടെ ഗന്ധമായിരുന്നു അവന്.

കിണറുകളായിരുന്നു പ്രാക്കളുടെ താവളം. കിണറുകളിൽ നിന്ന് അമ്പലപ്രാവുകൾ കുറുകുന്നത് പാതാളത്തിന്റെ സംഗീതം പോലെയായിരുന്നു. മിക്ക വീട്ടുകിണറുകളിലും അമ്പലപ്രാക്കൾ കൂടുകൂട്ടിയിരുന്നു. കിണറിൽ വെള്ളം താഴേക്കിറങ്ങുമ്പോഴാണ് പൊത്തുകൾ വെളിവാവുക. അപ്പോൾ കൂടു കൂട്ടാനുള്ള ചുള്ളിക്കമ്പുകളുമായി പ്രാക്കുകൾ കിണറ്റിലേക്ക് ചുറ്റിയിറങ്ങും. അവയുടെ കാഷ്ഠം കൊണ്ട് കിണറുകൾ മലിനമാവും.

ചുവന്ന കണ്ണുള്ള ചെമ്പോത്ത് മിക്കപ്പോഴും നിശ്ശബ്ദമായാണ്

മലയാളപ്പച്ച

സഞ്ചരിക്കുക. പക്ഷെ ചെറിയ പാമ്പുകളെ വേട്ടയാടിപ്പിടിക്കാൻ വല്ലാത്ത മിടുക്കാണ് ആ പക്ഷിയ്ക്ക്. ചെമ്പോത്തിന് ഏറ്റവും പ്രിയപ്പെട്ട ആഹാരവും അതാണ്. വേലികളിൽ പച്ചിലപ്പാമ്പിനെ കൊക്കിലൊതുക്കിയിരിക്കുന്ന ചെമ്പോത്തുകളെ എപ്പോഴും കാണാമായിരുന്നു. പറമ്പിലെ ഇരുണ്ട പച്ചയ്ക്ക് ഭംഗി നൽകിയിരുന്നത് മഞ്ഞക്കിളികളായിരുന്നു. പച്ചപ്പൊന്തയ്ക്കുമേൽ പെട്ടെന്ന് ഒരു പൂക്കുട പ്രത്യക്ഷപ്പെടുന്നതുപോലെയായിരുന്നു മഞ്ഞക്കിളികളുടെ വരവ്. നാകമോഹനും ബുൾബുളും അപൂർവ്വമായി മാത്രം വരുന്ന പക്ഷികളായിരുന്നു. നർത്തകരും ഗായകരുമായ ചെറുകിളികൾ ചെമ്പരത്തിയിലും മന്ദാരത്തിലും ധാരാളം കാണാമായിരുന്നു.

കുട്ടിക്കാലത്ത് കിളികളെക്കണ്ട് മോഹിക്കാനേ പറ്റിയിരുന്നുള്ളൂ.

ഒരു തത്തയെ... മൈനയെ... പ്രാവിനെ...ഒക്കെ വളർത്താൻ ആഗ്രഹിച്ചിരുന്നു. പൂച്ചകൾ ധാരാളമുണ്ടായിരുന്ന വീട്ടിൽ പക്ഷെ കിളികളെ വളർത്താൻ അനുവാദമില്ലായിരുന്നു.

നാവിലെഴുതിയ അക്ഷരം

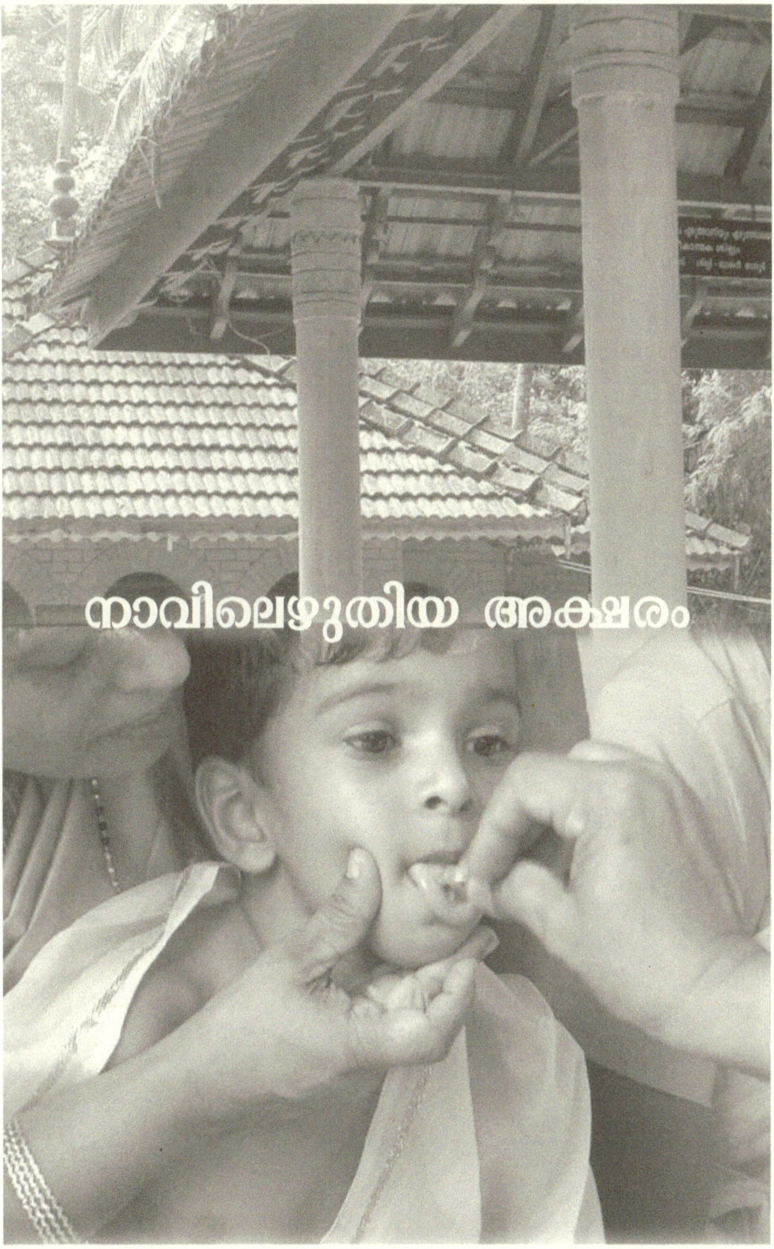

അമ്മാമൻമാരിൽ ആരോ ആണ് എന്റെ നാവിൽ അക്ഷരംകുറിച്ചത്. നാല് അമ്മാമൻമാരിൽ ആരാണെന്ന് എനിക്കോർമ്മയില്ല.

നാവിൽ ഹരിശ്രീ കുറിക്കുന്നത് അത്രവലിയ ആഘോഷമായിരുന്നില്ല. തറവാട്ടിൽ വെച്ചുതന്നെ എഴുത്തിനിരുത്തൽ. തുഞ്ചൻ പറമ്പിനെക്കുറിച്ചൊന്നും അന്നാരും സംസാരിച്ചു കേട്ടിട്ടില്ല. ഭാഷാപിതാവായ തുഞ്ചത്താചാര്യന്റെ മണ്ണിൽവെച്ച് നാവിൽ അക്ഷരം കുറിച്ചാൽ അത് വിശിഷ്ടമാണ് എന്ന് തറവാട്ടിൽ ആരെങ്കിലും കരുതിയതായും അറിയില്ല. പാപ്പിനിപ്പാറയിൽനിന്ന് ആരെങ്കിലും തുഞ്ചൻപറമ്പിലേക്ക് കുട്ടികളെ എഴുത്തിനിരുത്താൻ കൊണ്ടുപോയതായും എനിക്ക് ഓർമ്മയില്ല.

ഗോത്രസ്വഭാവമുള്ള ദേശമായിരുന്നു ഞങ്ങളുടേത്. മഹാക്ഷേത്രങ്ങളിലും മഹാദൈവങ്ങളിലും ഞങ്ങളുടെ ദേശത്തുകാർക്ക് അത്രയ്ക്ക് വിശ്വാസമില്ലായിരുന്നു.

മച്ചിൽ കുടിയിരുത്തിയകാരണവൻമാർ
കാക്കരക്കാളിയിലെ ദേവി
കുന്നത്ത്വാരുടെ ക്ഷേത്രം.

ഇവിടെയൊക്കെയായി ഞങ്ങളുടെ വിശ്വാസങ്ങളും അനുഷ്ഠാനങ്ങളും തളംകെട്ടിനിന്നു. ഇന്നുമതെ എന്റെ അമ്മയ്ക്ക് വലിയ ദൈവങ്ങളിൽ വിശ്വാസമില്ല. പാപ്പിനിപ്പാറയിലേക്കു പോകുമ്പോൾ മുത്തച്ഛന്റെ തറവാടായ ഒളിയങ്ങോട്ടെ മച്ചിൽ പോയി വിളക്കുകത്തിക്കണമെന്നു മാത്രമേ അമ്മ ഞങ്ങളോട് ആവശ്യപ്പെടാറുള്ളൂ.

ഒക്ടോബറിലെ ഇടിമുഴക്കത്തോടൊപ്പമാണ് ആയുധപുജയും വരുന്നത്. ഒക്ടോബർ മഴ തുള്ളിക്കനമുള്ള മഴയാണ്. വേനലിൽ ഭൂമി വല്ലാതെ വരണ്ടുപോകാതിരിക്കണമെങ്കിൽ ഒക്ടോബർ മഴതന്നെ വേണം.

മഴയതാപെയ്യണ്
ഇടൃതാവെട്ട്ണ്
അയ്യപ്പന്റ്റോളതാ
തീയ്യിന് പായ്ണ്.

എന്നൊരു നാടൻപാട്ട് ഓർമ്മയുണ്ട്. അത് ഒക്ടോബർ മഴയെക്കുറിച്ചുള്ളതായിരിക്കണം. ഇത് മലയാളത്തിന്റെ തുലാവർഷം.

തുലാവർഷത്തിന്റെ ഓർമ്മ കൂണുമായി ബന്ധപ്പെട്ടതാണ്. ഭൂമിയെ വിറപ്പിക്കുന്ന ഇടിയൊച്ചകളാണ് കൂണുകളെ ജനിപ്പിക്കുക എന്ന് ഞങ്ങളുടെ വിശ്വാസമായിരുന്നു. കനത്ത ഇടിവെട്ടിനുശേഷം പിറ്റേന്നു രാവിലെ മുറ്റത്തും പറമ്പിലുമൊക്കെ ചെന്നുനോക്കിയാൽ കൂണ് വിരിഞ്ഞുനിൽക്കുന്നതുകാണാം.

കൂണുകൾ പലതരമുണ്ട്. ഭക്ഷിക്കാൻ പറ്റുന്നവ രണ്ടോമൂന്നോ മാത്രമാണ്. ഇടിയോടൊപ്പം വിരിയുന്ന കൂണിന് നല്ല രുചിയാണ്. മൊട്ടായിരിക്കുമ്പോൾ പറിച്ചെടുക്കുന്നതാണ് കൂടുതൽ നല്ലത്. വിരിഞ്ഞ് അല്പം മണിക്കൂർ കഴിയുമ്പോഴേയ്ക്കും പുഴുവരും. കൂണ് നന്നായി വൃത്തിയാക്കിയ ശേഷം മഞ്ഞൾവെള്ളത്തിൽ ഇട്ടുവെയ്ക്കും. പിന്നെയാണ് കറിവെയ്ക്കുക. മസാലചേർത്ത് ഇറച്ചിവെയ്ക്കും പോലെ കൂൺ മസാലയുണ്ടാക്കാം. ചെറിയ ഉള്ളി കീറിയിട്ട് മുളകുപൊടിയും മഞ്ഞൾപ്പൊടിയും മാത്രം ചേർത്ത് വേവിച്ച് കറിവേപ്പിലയിട്ട് അല്പം വെളിച്ചെണ്ണ ഒഴിച്ചാൽ മതി. മസാലപുരട്ടി വാഴയിലയിൽ പൊതിഞ്ഞ് കനലിൽ ചുട്ടെടുത്താലും മതി. വർഷത്തിൽ ഒന്നോരണ്ടോ തവണമാത്രമേ കൂണ് കിട്ടൂ. ദൈവത്തിന്റെ സമ്മാനമായി പരിഗണിക്കപ്പെടുന്ന കൂണ് ശരിക്കും ഒരപൂർവ്വതയായിരുന്നു. കൊത്തും കിളയും ഏൽക്കാത്ത സ്ഥലങ്ങളിലാണ് കൂണ് ഏറെയും കാണുക.

വേലിയരികിലൊക്കെ പലതരം വിഷക്കൂണുകൾകാണാം. കുടയ്ക്കു ചുറ്റും വലതൂങ്ങി നിൽക്കുന്ന ഒരുതരം കൂണുണ്ട്. അതിനുചുറ്റും നങ്ങ്യാരീച്ചകളും മണിയനീച്ചകളും പാറിക്കളിയ്ക്കും. പ്രാന്തൻ കൂണെന്നാണ് ഞങ്ങളതിനെ വിളിക്കുക. അത്തരം കൂണുകളുടെ അടുത്തേക്കുപോലും ഞങ്ങൾപോവില്ല.

തുലാവർഷമാവുമ്പോഴേയ്ക്കും ഓലപ്പുരകളൊക്കെ ഓട്ടപ്പുരകളായി മാറിയിരിക്കും. തൊഴുത്തിലൊക്കെ ചോർച്ചയാവും. കുടയുടെ അവസ്ഥയും അതുതന്നെ. ഇടവപ്പാതി കഴിയുമ്പോഴേയ്ക്കും വില്ലൊടിഞ്ഞും ശീലകീറിയും കുട ഉപയോഗിക്കാൻ പറ്റാതാവും. പക്ഷെ വേറെവാങ്ങിത്തരില്ല. ഉള്ളതുകൊണ്ട് തൃപ്തിപ്പെടണം. കുട തീരെ ഉപയോഗിക്കാൻ പറ്റാതായാൽ പുസ്തകം നെഞ്ചോട് ചേർത്തുവെച്ച് വീട്ടിലേക്കോടും.

ഒക്ടോബർ മാസത്തിനുവേണ്ടി ഞങ്ങൾ കാത്തിരുന്നത് പുസ്തകപൂജയ്ക്കു വേണ്ടിയാണ്. അത് പക്ഷെ അക്ഷരത്തിന്റെ ഐശ്വര്യം ഉള്ളിൽ നിറയാൻ വേണ്ടിയൊന്നുമായിരുന്നില്ല. പുസ്തകം വായിക്കാതിരി

ക്കാൻ മൂന്നുദിവസം കിട്ടുമല്ലോ എന്നതുകൊണ്ടാണ്. പുസ്തകം പൂജയ്ക്കു വെച്ചാൽ അക്ഷരം വായിക്കരുത്. ആ ദിവസങ്ങളിൽ തിമർത്തു കളിക്കാം.

ഞങ്ങളുടെ പുസ്തകം ഗോവിന്ദമെമ്മോറിയൽ സ്കൂളിൽ തന്നെയാണ് പൂജയ്ക്കുവെച്ചിരുന്നത്. പൂജവെയ്ക്കുന്നസ്ഥലത്ത് പുസ്തകങ്ങളുടെ വലിയ കൂമ്പാരമുണ്ടാവും ഏറ്റവും പ്രയാസമുള്ള വിഷയങ്ങളുടെ ടെക്സ്റ്റ്ബുക്കുകൾ നിർബന്ധമായും പൂജയ്ക്കു വെയ്ക്കും. സരസ്വതിയെ തൊട്ട് പ്രാർത്ഥിച്ചാൽ പഠനത്തിൽ തിളങ്ങുമെന്നും ഞങ്ങൾ കരുതി. കണക്കിൽ ഞാനൊരു മണ്ടനായിരുന്നു. ഒരുപാട് വർഷങ്ങൾ കണക്കുടെക്സ്റ്റ് പൂജയ്ക്കുവെച്ചിട്ടും ഞാൻ കണക്കിൽ രക്ഷപ്പെട്ടില്ല. ഗ്രൂപ്പ് അടിസ്ഥാനത്തിലുള്ള വിജയത്തിന്റെ പേരിലാണ് ഞാൻ പത്താംക്ലാസ് കഷ്ടിച്ച് കടന്നത്.

ആയുധപൂജയ്ക്കായി തറവാട്ടിൽ കുറേ തയ്യാറെടുപ്പുണ്ട്. അവിലിടിക്കലാണ് അതിൽ പ്രധാനം. തവളക്കണ്ണൻ നെല്ലാണ് അവിലിടിക്കാൻ ഏറ്റവും പറ്റിയത്. മരം കൊണ്ടുണ്ടാക്കിയ ഉരലിലിട്ടാണ് അവിലിടിക്കുക. അവിലിടിക്കും മുമ്പ് അത് കഴുകണം. വെയിലത്തുവെച്ച് നന്നായി ഉണക്കിയെടുക്കണം. അവിലിടിക്കാനായി നെല്ലിന്റെ വേവലും ഉണക്കലുമൊക്കെ

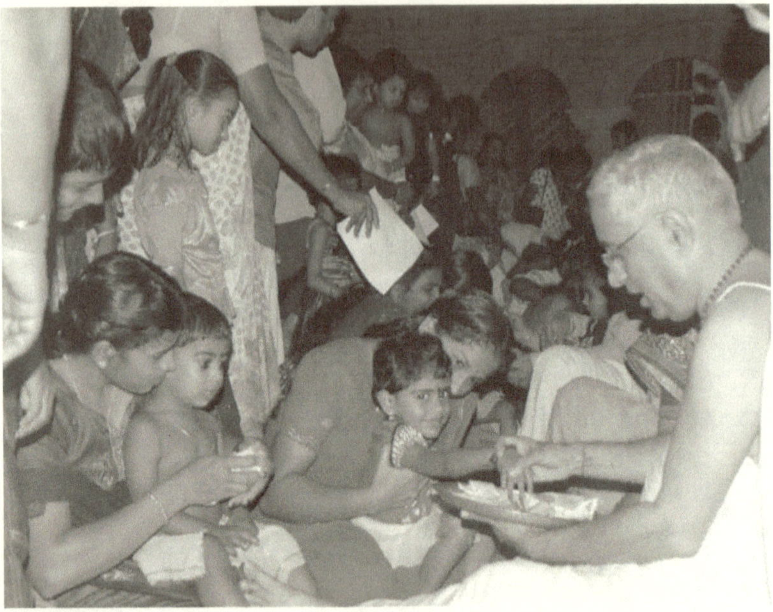

പ്രത്യേകം ശ്രദ്ധിക്കണം. നല്ല കായബലവും വേണം. എന്നാലേ അവില് ശരിയ്ക്കും കനം കുറഞ്ഞുപരക്കൂ. സരസ്വതിയ്ക്ക് നേദിക്കാനായി അവിലിനൊപ്പം മലരും വേണം. അവിലിടിക്കുന്നജോലി പണിക്കാരി ചിന്നുവിനുള്ളതായിരുന്നു. ചിലപ്പോൾ അവളുടെ അനിയത്തി ജാനകിയും ഉണ്ടാവും. അവിലിടിക്കുന്നേരം ഞങ്ങൾ കുട്ടികൾ ഉരലിനുചുറ്റും കൂടും.

വിജയദശമിദിവസം നേരത്തേ എഴുന്നേൽക്കണം. പൂജയെടുപ്പു കഴിഞ്ഞ് അക്ഷരം വായിച്ചശേഷമേ വെള്ളംപോലും കുടിക്കാൻ പാടൂ.

അവിലും മലരും ഇളനീരും, ശർക്കരയും, പഴവും ആണ് സരസ്വതിയ്ക്ക നേദിക്കുക. അതിനുശേഷം ഇളനീർവെള്ളത്തിൽ ഇതൊക്കെ ചേർത്തു കുഴയ്ക്കും.

പാപ്പിനിപ്പാറയിൽ നിന്ന് വട്ടം കുളത്തേയ്ക്കു വന്നശേഷം സരസ്വതീ പൂജയുടെ രീതിയൊക്കെ മാറി. വീട്ടിൽ തന്നെയാണ് പൂജയ്ക്കു വെപ്പ്. അത് കേമമാക്കണമെന്ന് അമ്മയ്ക്ക് നിർബന്ധമായിരുന്നു. ഞങ്ങളുടെ വീടിന്റെ കിഴക്കു ഭാഗത്ത് ഹരിജൻ കോളണിയായിരുന്നു. ആ വീടുകളിൽ നിന്നൊക്കെ പുസ്തകം പൂജിക്കാൻ കൊണ്ടുവരും.

വിജയദശമി ദിവസം അമ്മ നെയ്പ്പായസമുണ്ടാക്കും. മധുരമുള്ളതും മധുരമില്ലാത്തതുമായ അപ്പമുണ്ടാക്കും. പഞ്ചാമൃതമുണ്ടാക്കും. ഹരിജൻ

വീടുകളിൽനിന്നുള്ള കുട്ടികൾക്കൊക്കെ അതുവീതിക്കണം.

നവരാത്രിക്കാലം കരിമ്പിന്റെ കാലമാണ്. പാപ്പിനിപ്പാറയിൽ തമിഴ് നാട്ടിൽ നിന്നോ കർണാടകത്തിൽനിന്നോ ഒന്നും കരിമ്പ് വന്നിരുന്നില്ല. കിണറ്റിൻകരയിൽ ഞങ്ങൾ തന്നെ കരിമ്പ് നട്ടു വളർത്തിയിരുന്നു. അതാണ് പൂജസമയത്ത് മുറിച്ചെടുക്കുക. വട്ടം കുളത്തേയ്ക്ക് വന്നതിനു ശേഷമാണ് തമിഴ്നാടൻ കരിമ്പ് ഞങ്ങൾ കാണാൻ തുടങ്ങിയത്. കരിമ്പിന്റെ വലിയകെട്ടുകൾ വരും. ഓലകളൊന്നും മുറിച്ചു മാറ്റിയിട്ടുണ്ടാവില്ല.

എടപ്പാളിൽ ധാരാളം ഓട്ടോമൊബൈൽ വർക്ക് ഷോപ്പുകൾ ഉണ്ടായിരുന്നു. അവിടങ്ങളിൽ ആയുധപൂജ ഗംഭീരമാണ്. ഓലയോടുകൂടിയ കരിമ്പുകൊണ്ട് കവാടം അലങ്കരിയ്ക്കും. കരിമ്പുവിൽക്കുന്നവർ പൊരിയും വിൽക്കും. വലിയ ചാക്കുകളിലാണ് ചെട്ടികൾ പൊരി കൊണ്ടു വരുന്നത്.

പൊന്നാനി തൃക്കാവിലെ നവരാത്രി ഉത്സവം കേമമായിരുന്നു. പൊന്നാനിയിലായിരുന്നു വല്യച്ഛന്റെ വീട്. വകയിലെ ഒരുചെറിയമ്മയും അവിടെ ഉണ്ടായിരുന്നു. ഞങ്ങൾ നവരാത്രിപൂജയ്ക്ക് പോയിരുന്നു.

തൃക്കാവിന്റേത് സവിശേഷമായ ഒരു സംസ്കാരമായിരുന്നു. ക്ഷേത്രത്തിനുചുറ്റും തമിഴ് ബ്രാഹ്മണരുടെ (പട്ടൻമാർ) വീടുകളു

ണ്ടായിരുന്നു. കച്ചവടത്തിനായി കുടിയേറിയ ഗുജറാത്തി സേട്ടുമാരുടെ വീടുകളുമുണ്ടായിരുന്നു. പട്ടൻമാരുടെ തമിഴ്നാടൻ ബന്ധം കാരണമാവണം നാദസ്വരകച്ചേരി തൃക്കാവിലെ നവരാത്രി ഉത്സവത്തിന്റെ സവിശേഷതയായിരുന്നു. തകിലിന്റെ നെഞ്ചുപൊട്ടുന്ന ഒച്ച ഞാനാദ്യമായി കേൾക്കുന്നത് തൃക്കാവിൽവെച്ചാണ്. കച്ചേരികേൾക്കാൻ സേട്ടുമാരും പട്ടൻമാരും ചമ്രംപടിഞ്ഞിരിക്കുന്നുണ്ടാവും.

നവരാത്രിപൂജ തുടങ്ങിയാൽ മത്സ്യവും മാംസവും തീർത്തും വർജ്ജ്യം. പാപ്പിനിപ്പാറയിലായിരുന്നപ്പോൾ അതത്ര പ്രശ്നമായിരുന്നില്ല. വട്ടംകുളത്ത് വന്നശേഷം ഭക്ഷണരീതിയൊക്കെ ആകെമാറി. അച്ഛൻ വീട്ടുകാർ മത്സ്യം നിർബന്ധമുള്ളവർ. അവിടെ മോര്വരെ മത്സ്യം കൊണ്ടാണെന്നു പറയും. ദിവസവും മത്സ്യം കഴിച്ച് ശീലിച്ചാൽ ഒരുദിവസം പോലും ഒഴിവാക്കാൻ പറ്റാതാവും. അതിനാൽ പൂജയെടുപ്പ് കഴിയുമ്പോഴേയ്ക്കും മത്സ്യംകഴിക്കാൻ ആർത്തിമൂക്കും. വിജയദശമിതൊട്ട് മത്സ്യം കഴിക്കാം.

വിജയദശമി നാളിൽ അടുക്കളയിൽനിന്ന് മത്സ്യം പൊരിക്കുന്ന മണമുയരും.

ആതിരയൂഞ്ഞാൽ

വൃശ്ചികക്കാറ്റ് തൊടിയിലെ മരങ്ങളിൽ ചുഴിഞ്ഞു ചുറ്റാൻ തുടങ്ങുമ്പോഴാണ് ചോരൻ കുന്നിൽ നിന്ന് മഞ്ഞിറങ്ങുക. അതുവരെ പുതച്ചിരുന്ന നേർത്ത പുതപ്പ് അപ്പോൾ മതിയാവാതാവും. കുളിർകാലത്തിന്റെ വരവറിയുമ്പോഴാണ് വല്യമ്മ ഞങ്ങൾക്ക് കമ്പിളിപ്പുതപ്പെടുത്തു തരുന്നത്. വേനൽക്കാലത്ത് ഉണക്കിയെടുത്ത് മരപ്പെട്ടിയിൽ കമ്പിളിപ്പുതപ്പുകൾ അടുക്കി വെച്ചിരിക്കും. ഞങ്ങളുടെ വീട്ടിൽ പല വർണ്ണത്തിലുള്ള കമ്പിളിപ്പുതപ്പുകളുണ്ടായിരുന്നു. അതൊക്കെ പട്ടാളത്തിൽ ജോലിയുള്ള അമ്മാമ കൊണ്ടുവരുന്നതായിരുന്നു. എനിക്കിഷ്ടം മഞ്ഞനിറത്തിലുള്ള കനം കുറഞ്ഞ കമ്പിളിപ്പുതപ്പായിരുന്നു. വർഷങ്ങളോളം ഞങ്ങളുടെ വീട്ടിൽ അതുണ്ടായിരുന്നു. മഞ്ഞുകാലത്തിന്റെ അടയാളം കാണിക്കാനായി കുപ്പിയിലെ വെളിച്ചണ്ണ കട്ടിയാവും. അടുപ്പിൽകാട്ടി കുപ്പിചൂടാക്കിയിട്ടു വേണം വെളിച്ചണ്ണ കൈയിലൊഴിക്കാൻ. മഞ്ഞുകാലം ഇല പൊഴിയും കാലം കൂടിയാണ്. ചമ്മല (കരിയില) ഏറ്റവും കൂടുതൽ പൊഴിയുക തേക്കുമരത്തിൽനിന്നാണ്. ധനു പിറന്നാൽ രാവിലെ എഴുന്നേൽക്കാനേ ഇഷ്ടമല്ല. വല്യമ്മ വന്ന് ചീത്ത പറഞ്ഞാലേ എഴുന്നേൽക്കൂ. തൊടിയിലെ മരങ്ങളൊക്കെ നേർത്ത കോടമഞ്ഞിൽ മൂടിയിരിക്കും. ധനു മകരമാവുമ്പോഴേയ്ക്കും കോടമഞ്ഞിന് കട്ടി കൂടും.

പിള്ളക്കോലായിൽ ഇരിക്കുമ്പോൾ കാറ്റുതട്ടി ചുണ്ടുകൾ വിറകൊള്ളും. കൈകൾ മാറിൽ പിണച്ചുവെച്ച് ഇരിക്കുമ്പോൾ ഇളവെയിലിന്റെ ചൂടും മതിയാവില്ല. നായ്കളും പൂച്ചകളുമൊക്കെ കോലായിൽ ചുരുണ്ട് കിടക്കുകയാവും.

മഞ്ഞുകാലത്ത് ഉഷാറ് വരണമെങ്കിൽ ചമ്മല അടിച്ചുകൂട്ടി കത്തിച്ച് കുറേനേരം തീകായണം. ചൂടു കിട്ടാൻ ഏറ്റവും നല്ലത് തേക്കിലയാണ്. അത് വളരെ കുറച്ച് മതിയാവും.

ധനുമാസത്തിനുവേണ്ടി ഞങ്ങൾ കാത്തിരുന്നത് ആതിരയൂഞ്ഞാലു കിട്ടാനാണ്. തിരുവാതിരയുടെ ഒരാഴ്ചമുമ്പ് മഞ്ചേരിച്ചന്തയിൽ നിന്ന് ബലമുള്ള കയറ് വാങ്ങിക്കൊണ്ടുവന്നിരിക്കും കുട്ടിമാമ.

തിരുവാതിരയ്ക്കുമുമ്പ് ഒത്തിരി തയ്യാറെടുപ്പുകളുണ്ട്. അതിൽ പ്രധാനം കൂവ്വപ്പൊടിയുണ്ടാക്കലാണ്. നാടൻ കൂവ്വ വീട്ടുപറമ്പിലും കവേങ്ങാട്ടെതൊടിയിലും ചുറ്റുമുള്ള കുന്നുകളുടെ താഴ്‌വരയിലും ഒക്കെ കാടുപിടിച്ച് വളർന്നിരിക്കും. അതൊക്കെ പറിച്ചുകൊണ്ടുവരണം. കൂവ്വ അരയ്ക്കാൻ കൂവ്വക്കോലുണ്ട്. പത്ത് സെന്റീമീറ്ററോളം വീതിയുള്ള ബലമേറിയ മരക്കഷ്ണമാണത്. ഒന്നരമീറ്റർ നീളമേ കാണൂ. ബലമുള്ള കരിമ്പനകൊണ്ടാണ് അതുണ്ടാക്കുക. ആശാരിമാരാണ് കൂവ്വക്കോല് പണിയാറ്. നല്ല കനമുള്ള ആ മരക്കഷണത്തിൽ ക്യൂബ് ആകൃതിയിൽ മുള്ളുകൾ കൊത്തിയെടുത്തിരിക്കും. കൂവക്കിഴങ്ങുകൾ അതിലിട്ട് ഉരയ്ക്കും. നാടൻ കൂവ്വയുടെ കയ്പുള്ള അംശം മാറ്റാനുമുണ്ട് വഴി. കൂവ്വ ഉരച്ചെടുക്കും മുമ്പ് തൊലികളഞ്ഞ് ചുണ്ണാമ്പുവെള്ളത്തിൽ ഇട്ടുവെക്കാറുണ്ട്. ഉരച്ചെടുത്ത കൂവ വെള്ളത്തിൽ നന്നായി കലക്കി അരിച്ചെടുത്ത് ആ വെള്ളം വട്ടച്ചെമ്പിലോ ഉരുളിയിലോ ഒഴിച്ച് വെയിലത്ത് വെക്കും.

അല്പം മണിക്കൂറുകൾ കഴിയുമ്പോഴേയ്ക്കും മുകളിലെ വെള്ളം തെളിനീരാക്കി കൂവ്വപ്പൊടി അടിയിലൂറും. അത് നല്ല പരപ്പുള്ള കിണ്ണങ്ങളി ലാക്കി ഉണക്കിയെടുക്കും. വീര്യമുള്ളഗന്ധമാണ് കൂവ്വയ്ക്ക്. ആ ഗന്ധം ശ്വസിച്ച് അല്പനേരം നിന്നാൽ തലപെരുക്കും. കൂവ്വപ്പൊടി ഔഷധമാണ്. കുട്ടികൾക്ക് വയറിന് അസുഖം വന്നാൽ അത് ചൂടുവെള്ളത്തിൽ കലക്കി

ക്കൊടുക്കും. സ്ത്രീകൾക്കുണ്ടാവുന്ന മൂത്രച്ചൂടിനും കൂവ്വപ്പൊടി കലക്കിയവെള്ളമാണ് കൊടുക്കുക. ശ്ശറേന്ന് മൂത്രമൊഴിച്ചോളും.

കൂവ്വപ്പൊടി പോലെയാണ് പനമ്പൊടിയും. നല്ലപൊടിയുള്ള ഈറപ്പന എവിടെയെങ്കിലും വെട്ടുന്നതറിഞ്ഞാൽ ആളുകൾ കൂടും. തടിയുടെ ആരുകൾക്കിടയിൽ ചന്ദനനിറമുള്ള പൊടിയുടെ അടരുകളുണ്ടാവും. ആരോടുകൂടി അത് പൊളിച്ചെടുത്ത് ഉരലിലിട്ട് ഇടിച്ച് വെള്ളത്തിൽ കലക്കി ഊറ്റിയെടുത്താണ് പനമ്പൊടിയുണ്ടാക്കുക. പനമ്പൊടിയും കൂവ്വപ്പൊടിയുമൊക്കെ ചുരണ്ടിയെടുത്ത തേങ്ങയും ശർക്കരയും ചേർത്ത് വെരകാം. ഹലുവപോലെ മുറിച്ചെടുക്കാം. പനമ്പൊടി ശർക്കരയ്ക്കു പകരം ഉപ്പു ചേർത്ത് വെരകിയാലും നന്ന്. വെരകാനല്ലാതെ മറ്റ് പലഹാരങ്ങളൊന്നും ഉണ്ടാക്കാൻ പറ്റില്ല.

ധനുവാകുമ്പോഴേയ്ക്കും കാവുത്തും (കാച്ചിൽ) ചെറുകിഴങ്ങും ചേനയും ചേമ്പും ഒക്കെ പറിക്കാറായിരിക്കും. തിരുവാതിര ദിവസം ഉച്ചക്കുണ്ടാക്കുന്ന പുഴുക്കിന് അതൊക്കെ നിർബന്ധമാണ്.

ഓണക്കാലത്തിന്റേത് നേന്ത്രപ്പഴമാണെങ്കിൽ തിരുവാതിരയുടേത് ചെറുപഴങ്ങളാണ്. മൈസൂർപഴവും കുന്നൻപഴവും ഞാലിപ്പൂവനും ഒക്കെകാണും. മൈസൂർപൂവൻ വളരെ നിർബന്ധം. ഓർത്തപുളിയുള്ള മൈസൂർപൂവ്വന്റെ ആർത്തിപിടിപ്പിക്കുന്ന ഗന്ധവും മറക്കാൻ വയ്യ. പറമ്പിൽ അത് വിളഞ്ഞിട്ടില്ലെങ്കിൽ കുട്ടിമാമ മേടിച്ചുകൊണ്ടുവരും. ചെറുവാഴക്കുലകൾ മുറ്റത്ത് കുഴിയിൽ അടുക്കിവെച്ചാണ് പഴുപ്പിക്കുക. അതിനു പറ്റിയ കുഴിയെടുത്ത് കുഴിയിൽ വൈക്കോൽ വിരിച്ച് പഴക്കുലകൾ അടുക്കിവെയ്ക്കും. അതിനുമേൽ വാഴത്തടികൊണ്ട് വിലങ്ങിട്ട് അതിനുമേൽ വാഴയില വിരിച്ച് മണ്ണുകൊണ്ട് മൂടും. കുഴിയുടെ ഒരുഭാഗത്ത് അകത്തേയ്ക്ക് പുകകടക്കാനായി പൊത്തുണ്ടാക്കിയിരിക്കും. ആ പൊത്തിന്റെ മുഖത്ത് ചകിരിയും ഉണക്കമുളകും ഇട്ട് കത്തിച്ച് വീശിയാൽ പുക അകത്തേയ്ക്കു കടക്കും. തിരുവാതിരത്തലേന്ന് കുഴിപൊളിക്കുമ്പോൾ ആർത്തിയോടെ ഞങ്ങൾ ചുറ്റും നിൽക്കും. കുഴിയിലെ കായ്കൾ സ്വർണ്ണനിറമാർന്നിരിക്കും. എല്ലാം പിള്ളകോലായിൽ അടുക്കിവെക്കും. പിന്നെ കൈക്കയയിൽകെട്ടി അകത്തെ ഇരുൾമായാത്ത ഇടനാഴിയിൽ തൂക്കിയിടും. നേർത്ത ഇരുട്ടിൽ സ്വർണ്ണ മഞ്ഞയ്ക്ക് വല്ലാത്ത ആകർഷണീയതയാണ്.

പ്രഭാതത്തിൽ ചെണ്ടുമല്ലിയുടേയും ചെമ്പരത്തിയുടേയും ഇലകളിലും പൂക്കളിലും തുഷാരകണങ്ങൾ പതിഞ്ഞിരിക്കും. ആ ചെടികൾക്കിടയിലൂടെ പോകാനേ മടിയാണ്. തുഷാരകണങ്ങൾ ദേഹത്തു

വീണാൽ വല്ലാത്ത തണുപ്പാണ്. മഞ്ഞുവീഴ്ചയ്ക്കുമുണ്ട് സംഗീതം മഴയുടെ ഒച്ചപോലെ അല്ലെന്നേയുള്ളൂ. പ്രഭാതത്തിൽ പക്ഷികളുടെ ഒച്ച ഉയർന്നു തുടങ്ങും മുമ്പ് ജാലകപ്പാളികൾ തുറന്നിട്ടാൽ വാഴയിലയിൽ മഞ്ഞുവീഴുന്ന ഒച്ചകേൾക്കാം. ആതിരക്കാലം തന്നെയാണ് ശബരിമല ക്കാരുടെ നോമ്പുകാലം. കോടമഞ്ഞിലൂടെ നേർത്ത ശരണം വിളിയും കേൾക്കാം. സ്വാമിമാർ വെളുപ്പിനുണർന്ന് കുളിക്കാൻ പോകുമ്പോൾ ശരണം വിളിക്കുന്നതാണ്. തറവാട്ടിൽനിന്ന് കുട്ടിമാമ എല്ലാവർഷവും ശബരിമലയ്ക്കുപോയിരുന്നു. എല്ലാ ദിവസവും രാവിലെ മുറ്റത്ത് കുത്തി കെടുത്തിയിട്ടിരിക്കുന്ന ചൂട്ട്കാണാം. കുട്ടിമാമ ശബരിമലയ്ക്ക് നോമ്പെടു ത്താൽ സ്ത്രീകളും നന്നേ രാവിലെ കുളിക്കും. കുളിച്ചതിനുശേഷമേ അടുക്കളയിൽ കടക്കൂ.

തിരുവാതിരയുണ്ട് രണ്ട് മൂന്നു ദിവസം മുമ്പുതന്നെ അമ്മായിയും ചെറിയമ്മയുമൊക്കെ തിരുവാതിരകുളിക്കാൻ പോവും. തിരുവാതിര ദിവസം നന്നേ വെളുപ്പിനു തന്നെ കുളിച്ച് പാതിരാപൂ ചൂടണം. ഇല്ലത്തെ കുളത്തിൽപോയാണ് തുടിച്ചു കുളിക്കുക. തുടിച്ചു കുളി എന്നത് തിരു വാതിര ദിവസത്തെ പെണ്ണുങ്ങളുടെ കൂട്ടായ നീരാട്ടാണ്. അല്ലാത്തപ്പോൾ ആരും ഇല്ലത്തെ കുളത്തിലേക്ക് പോകാറില്ല. തിരുവാതിരക്കുമുണ്ട് പെണ്ണുങ്ങൾക്ക് നോമ്പ്. അത് ഭർത്താക്കന്മാരുടെ ആയുസ്സിനും ഐശ്വര്യ ത്തിനും വേണ്ടിയാണ്. അവിവാഹിതകളായ കൗമാരക്കാരികൾ തിരുവാ തിരനോക്കുന്നത് നല്ല ഭർത്താവിനെ കിട്ടാൻ വേണ്ടിയാണ്. വയസ്സേറെ യായിട്ടും വിവാഹാലോചനകൾ വരാതെ ഇനി വിവാഹപ്രതീക്ഷയില്ലെന്ന് ഉറപ്പിച്ചവർ തിരുവാതിരയാഘോഷത്തിൽ നിന്നു പിൻവാങ്ങും. വിധവ കളുമതെ. അവർക്കൊക്കെ ആതിരയെന്നത് സങ്കടങ്ങളുടെ കോടമ ഞ്ഞാണ്. തിരുവാതിരത്തലേന്ന് പറങ്ങോടൻ വന്ന് ഇളനീരിടും. തിരുവാ തിരനോമ്പുള്ള സ്ത്രീകൾക്ക് ഇളനീര് നിർബന്ധം.

തിരുവാതിര ദിവസം പ്രഭാതത്തിൽ കുട്ടികൾ എഴുന്നേറ്റു വരുമ്പോ ഴേയ്ക്കും കൂവ്വവെരകിവെച്ചിരിക്കും. ചെറുപഴവും പപ്പടവും ഇളനീർ കാമ്പും കൂവ്വവെരകിയതുമാണ് തിരുവാതിര ദിവസത്തെ പ്രാതൽ.

ഊഞ്ഞാലുകെട്ടാൻ അലവ്യാക്കയാണ് വരിക. പുളിയുടേയോ പ്ലാവി ന്റേയോകൊമ്പിൽ ഊഞ്ഞാലിടും. ഊഞ്ഞാലിടുന്ന കൊമ്പിന്റെ ബലം നോക്കണം. ഊഞ്ഞാലിട്ടാൽ ആടാൻ മത്സരമാണ്. കുതിച്ചാടി അടു ത്തുള്ള മരത്തിന്റെ ഇലകടിച്ചെടുക്കലാണ് മത്സരം. ചിലപ്പോൾ രണ്ട് ഊഞ്ഞാലുണ്ടാവും. ചെറിയ കുട്ടികൾക്ക് ഉയരം കുറഞ്ഞ കൊമ്പിലൊരു ഊഞ്ഞാൽ. ഊഞ്ഞാലിട്ടാൽ കഞ്ഞിക്കിണ്ണത്തിനു മുമ്പിലും ഇരിപ്പുറ

യ്ക്കില്ല. ഊഞ്ഞാലിലേക്ക് ഓടാൻ ധൃതിയാണ്. ഒരാഴ്ചയിൽ കൂടുതൽ ഊഞ്ഞാലുണ്ടാവില്ല. ആ ദിവസങ്ങളിൽ രാവിലെ നേരത്തെ എഴുന്നേൽക്കും. പ്രഭാതത്തിൽ ഊഞ്ഞാലിൽനിന്നു കുതിക്കുമ്പോൾ മേലാസകലം തണുപ്പിന്റെ സൂചികൾ കുത്തുന്നതുപോലെയാണ്.

തിരുവാതിര ദിവസം ഉച്ചയ്ക്ക് ചാമക്കഞ്ഞിയും പുഴുക്കുമാണ് ഭക്ഷണം. പറമ്പുകളിലൊക്കെ ചാമ കൃഷിചെയ്തിരുന്നു. നോമ്പുള്ള സ്ത്രീകൾ അന്ന് അരിഭക്ഷണം കഴിക്കില്ല. രാത്രിയിലവർ ചെറുപഴം മാത്രം കഴിക്കും.

തിരുവാതിരയ്ക്ക് ഉറക്കമൊഴിക്കാനായി പള്ളിയാലിൽ നാടകം അരങ്ങേറിയിരുന്നു. നാട്ടിലെ കലാകാരന്മാർ തട്ടിക്കൂട്ടുന്നതാണ്. ആണുങ്ങൾ തന്നെ പെൺവേഷം കെട്ടും. കുട്ടിമാമ പെൺവേഷം കെട്ടിയിരുന്നത് നല്ല ഓർമ്മയുണ്ട്. നാടകത്തലേന്ന് അച്ഛനും കൂട്ടുകാരും വരും. റിഹേഴ്സൽ കാണും. സ്റ്റേജിലേക്ക് വേണ്ട നിർദ്ദേശങ്ങൾ കൊടുക്കും. എന്റെ അച്ഛൻ പൊന്നാനിയിലെ ഉദയകലാ സമിതി പ്രവർത്തകനായിരുന്നു. നന്നായി പാടുമായിരുന്നു അച്ഛൻ. ഇടശ്ശേരിയുടെ പൂതപ്പാട്ട് വളരെക്കാലം നിഴൽ നാടകമായി അവതരിപ്പിച്ചിട്ടുണ്ട് അച്ഛൻ. നല്ല മേക്കപ്പ്മാനായിരന്നു അച്ഛൻ. ഒഴുമേയ്ക്കപ്പ് പെട്ടി ഞങ്ങളുടെ തട്ടിൻപുറത്തു ണ്ടായിരുന്നു. അതിൽ റോസ് പൗഡറുണ്ടാവും. ലിപ്സ്റ്റിക്കും.

പശകളും കൃത്രിമ മീശകളും ഒക്കെയുണ്ടാവും. തിരുവാതിര നാട കത്തിനേ അത് പുറത്തെടുക്കൂ. അച്ഛൻ മടങ്ങിപ്പോയാൽ ഞങ്ങൾ തട്ടും പുറത്തുകയറി ചില വേഷം-കെട്ടലുകൾ നടത്തിയിരുന്നു. കറന്റും ജന റേറ്ററുമൊന്നുമില്ലായിരുന്നു. തുളയുള്ള പീഞ്ഞപ്പെട്ടിയിൽ പെട്രോമാക്സ് ഇറക്കിവെച്ചാണ് പ്രകാശവിന്യാസങ്ങൾ സൃഷ്ടിച്ചിരുന്നത്.

കാലചക്രം കറങ്ങുന്നതിനിടയിൽ റമളാൻ നോമ്പും ആതിര ക്കാലവും ഒന്നായി തീരാറുണ്ട്. ഏറനാട്ടിലെ മുസൽമാന്മാർ ഏറെയും കൃഷിക്കാരായിരുന്നു. മണ്ണിന്റെ വീറ് അവരുടെ ജീവിതത്തിനുണ്ടായിരു ന്നു. എന്നാൽ ഏറനാട്ടിലെ മുസൽമാന്മാരുടെ പ്രാർത്ഥനകളാണ് പള്ളി യാലുകളിൽ മത്തയും കുമ്പളവും പടവലവും പയറും കോവക്കയുമായി കായ്ച്ചുനിന്നത്. പകൽ സമയം മണ്ണിനോടും ചെടികളോടും സംസാരിക്കു ന്നവരാണവർ. നോമ്പുകാലമാവുമ്പോൾ അവർ കുറച്ചുകൂടി ഉൾവലിയും. രാത്രികാലത്ത് അവർ മതപ്രസംഗം കേൾക്കാൻ പോവും. കോടമഞ്ഞി ലൂടെ നീങ്ങുന്ന ചൂട്ടുവെട്ടത്തിൽ നോമ്പുദിനങ്ങളുടെ അമർത്തിപ്പിടിച്ച ഒച്ചകൾ മാത്രം.

വാളൻപുളി അല്പാല്പം പഴുത്തു തുടങ്ങുന്ന കാലവും മഞ്ഞു കാലമാണ്. പടിക്കലെപ്പറമ്പിൽ വലിയൊരു പുളിമരമുണ്ടായിരുന്നു. വൃശ്ചികക്കാറ്റിൽ പുളിങ്ങ ഉതിരും. രാവിലെ പോയി അത് പെറുക്കണം. പച്ചയ്ക്കും പഴുപ്പിനുമിടയിൽ ഒരു പാകമുണ്ട്. ചെനച്ച പുളിയെന്നു പറയും. തൊലിടയർത്തിയാൽ നേർത്ത പച്ചകലർന്ന ചന്ദനനിറമാണ്. അതു തിന്നാൻ രസമാണ്.

ചെറുചേമ്പ് വിളയുന്ന കാലവും അതാണ്. പച്ചപ്പുളിയിട്ടു വെയ് ക്കുന്ന ചേമ്പുകറി ആദ്യമൊക്കെ രസമാണ്. കുറേനാൾ ആവർത്തിക്കു മ്പോൾ ശരിക്കും ദേഷ്യം വരാൻ തുടങ്ങും.

എന്റെ കുട്ടിക്കാലത്ത് ഒറ്റ ക്രിസ്തീയ ഭവനങ്ങളും പാപ്പിനിപ്പാറ യിലോ ഇരുമ്പുഴിയിലോ ഇല്ലായിരുന്നു. അതിനാൽ ഡിസംബർ മാസ ത്തിന്റെ പ്രസക്തി ഞങ്ങൾക്കറിയുമായിരുന്നില്ല. ഇപ്പഴുമതെ ക്രിസ്ത്രീയ ഭവനങ്ങളൊന്നും അവിടെയില്ല. പക്ഷെ ഡിസംബർ മാസത്തിന്റെ ഒടുവിൽ ഹിന്ദുവീടുകളിലും നക്ഷത്രവിളക്കുകൾ തൂങ്ങും. ഇത് പുതിയ കാഴ്ചയാണ്.

പറങ്കിമാങ്ങ

വവ്വാലുകൾ കൊണ്ടുവരുന്ന പറങ്കിമാങ്ങയുടെ നീരുവറ്റിയ ശരീരം കമുകിൻതോപ്പിൽ വീണുകിടക്കുമ്പോഴാണ് ചോരൻകുന്നിൽ പറങ്കിമാങ്ങ പഴുത്തുതുടങ്ങി എന്നറിയുക. ചോരൻകുന്നിലെ പറങ്കിമാവുകളാണ് ആദ്യം പൂക്കുക.

തറവാടിന്റെ പടിഞ്ഞാറുഭാഗത്തായിരുന്നു ചോരൻകുന്ന്. അവിടെ കുട്ടിമാമക്കും പറങ്കിമാവിൻതോപ്പുണ്ടായിരുന്നു. തട്ടുതട്ടായിക്കിടക്കുന്ന പാഴ്നിലങ്ങളിൽ കശുമാവുകൾ പടർന്നുപന്തലിച്ചുനിന്നു. കശുമാവിന് പ്രത്യേകിച്ച് ശുശ്രൂഷയൊന്നും വേണ്ട, ആരും നട്ടുവളർത്തുകയും വേണ്ട.

ചോരൻകുന്നിൽ നിറയെ പാറക്കൂട്ടങ്ങളുണ്ടായിരുന്നു. അവക്കിടയിലായിരുന്നു കശുമാവ് വളർന്നിരുന്നത്. വളരെ കുറച്ച് നെല്ലിമരങ്ങളും. പാറകൾക്കിടയിൽ പിന്നെയുമുണ്ടായിരുന്നു ധാരാളം കുററിച്ചെടികളും വള്ളിച്ചെടികളും.

അതിനിടയിലൂടെ നൂണ്ട് കശുമാങ്ങ പൊഴിയാൻ തുടങ്ങുന്ന കാലമാവുമ്പോഴേ ഞങ്ങൾ ചോരൻകുന്ന് കയറാറുള്ളു. കണക്കൻമാർ എന്നു വിളിക്കുന്ന ദളിത് ജനവിഭാഗത്തിന്റെ ചുടല (ശ്മശാനം) ചോരൻകുന്നിലായിരുന്നു. ആ വഴി ഒറ്റക്കു പോകാൻ ഞങ്ങൾക്കു പേടിയായിരുന്നു.ഓണക്കാലത്ത് പൂപറിക്കാൻപോലും കണക്കൻമാരുടെ ചുടലക്കരികിലേക്ക് ഞങ്ങൾ പോയിരുന്നില്ല. ചുടലയിൽ നിന്ന് പല നിറമുള്ള പൂക്കൾ മോഹിപ്പിച്ച് ചിരിച്ചിട്ടുപോലും! രാത്രികാലങ്ങളിൽ പൊട്ടിച്ചൂട്ടുകൾ ചുടലയിൽ നിന്ന് താഴ്വരയിലേക്കിറങ്ങി വരുന്നതിന്റെ കഥകൾ കേട്ടിട്ടുണ്ട്. പ്രേതാത്മാക്കളുടെ അമർത്തിയ കരച്ചിലുകൾ ചുടലയിൽ നിന്ന് കേട്ടിരുന്നുവത്രെ! പറങ്കിമാങ്ങ പഴുത്തുതുടങ്ങിയാൽ എന്നും കടന്നുപോകേണ്ടിയിരുന്നത് ചുടലവഴിയായിരുന്നു.

വർഷാന്ത്യപ്പരീക്ഷയുടെ കാലത്താണ് പറങ്കിമാങ്ങ പഴുത്തുതുടങ്ങുക. കമുകിൻതോപ്പിൽ എല്ലാ ദിവസവും വാവല് ചപ്പിയ പറങ്കിമാങ്ങ വീണുകിടക്കുന്നുണ്ടാവും അതിൽനിന്ന് കശുവണ്ടി വേർപെടുത്തി ചെമ്പിൻകുടത്തിൽ നിക്ഷേപിക്കും.

നേരം വെളുക്കുമ്പോഴേക്കും വല്ല്യമ്മ വിളിച്ചുണർത്തും. കുട്ടിമാമ ക്കൊപ്പം കശുവണ്ടി പറിക്കാൻ പോകാനാണ്. കുട്ടിമാമ പറങ്കിമാവിൽ കയറി കൊമ്പുകുലുക്കുമ്പോൾ പൊന്തക്കാടുകൾക്കുമേൽ പറങ്കിമാങ്ങ യുടെ പെയ്ത്താണ്. ഒക്കെ പെറുക്കിയെടുത്ത് കശുവണ്ടി മാത്രം ഉരി ഞ്ഞെടുത്ത് സഞ്ചിയിലാക്കണം. നന്നായി പഴുത്തതേ വീഴൂ. പാതി പഴുത്തവ തോട്ടികൊണ്ട് ചാടിക്കണം.

തൊരടിക്കൂട്ടിൽ വീണ പറങ്കിമാങ്ങ പെറുക്കിയെടുക്കുമ്പോൾ കൈകൾ മുള്ളുകൊണ്ട് മുറിയാതെ സൂക്ഷിക്കാൻ പ്രയാസമായിരുന്നു. പലതരം കശുമാങ്ങകൾ ഉണ്ടായിരുന്നു. പഴുത്താൽ പല നിറത്തിലുള്ള വയും. ചുവപ്പും മഞ്ഞയുമാണ് കൂടുതലും. മാവും പറങ്കിമാവും ഒരേ

കാലത്ത് പൂക്കുന്നതുകൊണ്ടാവണം പറവകൾക്കും അണ്ണാൻമാർക്കും പറങ്കിമാങ്ങ വേണ്ടാതാവുന്നത് എന്ന് തോന്നിയിട്ടുണ്ട്. കിളികൊത്തി വീഴുന്ന പറങ്കിമാങ്ങകൾ അത്യപൂർവ്വമാണ്. കുട്ടികൾക്കുമതെ, പറങ്കി മാങ്ങകളോട് തുടക്കത്തിലുള്ള കൗതുകം വളരെപ്പെട്ടെന്ന് ഇല്ലാതാവും. ആദ്യമൊക്കെ കാറാങ്ങ (പച്ചനിറത്തിലുള്ള പറങ്കിമാങ്ങ) വരെ പറിച്ചുതി ന്നിരുന്നു ഞങ്ങൾ. അതിന്റെ നീരിന് പുളിയാണ് തൊണ്ടക്ക് അസ്വസ്ഥ തയുണ്ടാക്കുകയും ചെയ്യും.

ചോരൻകുന്നിൽ നിന്ന് കശുമാങ്ങ പറിക്കുമ്പോൾ പഴം പൊന്ത ക്കാട്ടിലേക്ക് വലിച്ചെറിയുകയേയുള്ളൂ. രാവിലെ പറങ്കിമാങ്ങ തിന്നാൻ ഒരു രസവുമില്ല. വലിച്ചെറിയുന്നവ വെയിലേററ് കിടക്കും. വെയിലിൽ വെന്ത കശുമാങ്ങയുടെ മണമാണ് ഗ്രീഷ്മകാലത്ത് ഞങ്ങളുടെ നാട്ടുവഴികൾക്ക്. ലഹരിയുണ്ടാക്കുന്ന ഗന്ധമാണെന്ന് പിൽക്കാലത്ത് തോന്നിയിട്ടുണ്ട്. ഫെനി (കശുമാങ്ങയിൽനിന്ന് വാറ്റിയെടുക്കുന്ന ഗോവൻ മദ്യം) മണക്കുന്ന ഗോവൻ പാതകളിലൂടെ പിൽക്കാലത്ത് സഞ്ചരിച്ചപ്പോഴൊക്കെ ചോരൻകു ന്നിനെ മാത്രമേ ഞാൻ ഓർത്തിട്ടുള്ളൂ.

ഉച്ചനേരത്ത് കുട്ടിയും കോലും (ക്രിക്കറ്റിന്റെ ഒരു പ്രാകൃതരൂപം) കളിച്ച് തളരുമ്പോൾ പറങ്കിമാങ്ങ ആശ്വാസമായിരുന്നു. തറവാട്ടിലെ മേലേ കണ്ടത്തിൽ നിറഞ്ഞുകായ്ക്കുന്ന ഒരു പറങ്കിമാവുണ്ടായിരുന്നു. കശുമാ മ്പഴത്തിന് മഞ്ഞനിറമായിരുന്നു. മരത്തിന് ഉയരം കുറവായിരുന്നു. പൊതുവെ പടർന്നു പന്തലിച്ച മരമാണ് കശുമാവ്. കുട്ടികൾക്ക് ഊഞ്ഞാ

ലാടാൻ പാകത്തിൽ വളരെ താഴേക്ക് കൊമ്പുകൾ താഴ്ത്തികൊടുക്കുന്ന വൃക്ഷം.

ഉച്ചനേരത്ത് ദാഹം തീർക്കാൻ കശുമാങ്ങ മതി. മുഴുത്ത ഒരു കശുമാമ്പഴത്തിന്റെ നീരുമുഴുവൻ ഊറ്റിക്കുടിച്ചാൽ ശേഷിക്കുന്ന ചണ്ടിയുടെ അളവ് വളരെ കുറവായിരിക്കും. അത് തിന്നാറില്ല ഞങ്ങൾ. കശുമാങ്ങയുടെ നീരിന് കറയുണ്ട്. വസ്ത്രങ്ങളിൽ മായാത്ത അടയാളമുണ്ടാക്കും. അതുകൊണ്ട് സ്കൂളിൽ പോകുമ്പോഴോ, മടങ്ങിവരുമ്പോഴോ ഒന്നും കശുമാങ്ങതിന്നില്ല. കുട്ടിക്കാലത്ത് രണ്ട് ഷർട്ടിൽ കൂടുതൽ ഉണ്ടായിരുന്നില്ല എനിക്ക്. കശുമാവിൻകൊമ്പിൽ കയറി താഴത്തെ ഉണക്കിലകളിലേക്ക് മൂത്രമൊഴിച്ച് ഒച്ചയുണ്ടാക്കുന്നത് കുട്ടിക്കാലത്തെ കളിയായിരുന്നു.

കശുമാമ്പഴത്തിന്റെ നീര് പഞ്ചസാര ചേർത്ത് മണ്ണിൽ കുഴിച്ചിട്ട് രണ്ടാഴ്ച കഴിഞ്ഞാൽ ലഹരിയുണ്ടാവുമെന്ന് പറഞ്ഞുതന്നത് ഉണ്ണീരിയുടെ മകൻ ചന്ദ്രനാണ്. വളരെ രഹസ്യമായി ചെയ്യേണ്ട കാര്യമാണത്. മുതിർ ന്നർ ആരും അറിയാൻ പാടില്ല. പഞ്ചസാര പത്തായത്തിൽ നിന്ന് മോഷ്ടിച്ചുകൊണ്ടുവരും. പക്ഷേ രണ്ടാഴ്ച മണ്ണിനടിയിൽ സൂക്ഷിച്ചുവെക്കാൻ ഒരിക്കലും ഞങ്ങൾക്ക് കഴിഞ്ഞിട്ടില്ല. സംഘത്തിലെ ആരെങ്കിലും അത് മാന്തിയെടുത്ത് കുടിക്കും. പറങ്കിമാങ്ങയുടെ നീരിൽ ശർക്കര ചേർത്ത് തിളപ്പിച്ച് ഒരു തരം മിഠായി ഉണ്ടാക്കിയിരുന്നു. അതിന് കറുത്ത നിറമായിരുന്നു. പല്ലുകളിൽ ഒട്ടിപ്പിടിക്കുന്ന പശയായിരുന്നു.

ഇടവപ്പാതിമഴ നിലത്തു വീഴുന്നതോടെ കശുവണ്ടി വാങ്ങാൻ അയമുട്ടിയും വരാതാവും. ബാക്കിവരുന്ന കശുവണ്ടി ചുട്ട് പരിപ്പെടുത്ത് തിന്നും. വീടിനകത്ത് കശുവണ്ടി ചുടാൻ പാടില്ല. വല്ലാത്ത ഗന്ധമാണതിന്. ചിലപ്പോൾ കശുവണ്ടി പൊട്ടിത്തെറിച്ച് അതിന്റെ എണ്ണ ദേഹത്ത് വീഴും. അവിടം പൊള്ളി കറുത്ത പാടു വീഴും.

കശുവണ്ടി ചട്ടിയിലിട്ട് വറുക്കാറുണ്ട്. അത് പക്ഷേ കശുവണ്ടിപ്പരിപ്പിന് വേണ്ടിയായിരുന്നില്ല. എണ്ണക്കുവേണ്ടിയായിരുന്നു. കറുത്തനിറമാണ് ആ എണ്ണക്ക്.

മഞ്ചേരിയിലെ ആനക്കയത്ത് കശുവണ്ടി ഗവേഷണകേന്ദ്രമുണ്ട്. എന്നാൽ ഏറനാട്ടെ കുന്നുകളിൽ നിന്ന് കശുമാവുകൾ പുഴക്കിയെറിയുന്ന കാലമാണ്. അവിടെ കുന്നുകൾ നിരപ്പാക്കിക്കൊണ്ടിരിക്കുന്നു.

ഇപ്പോൾ ജന്മനാട്ടിലെ ഇടവഴികൾക്ക് കശുമാങ്ങയുടെ ഗന്ധമില്ല. നെഞ്ചിൽ കശുമാങ്ങാനീരൊലിപ്പിച്ച് നടക്കുന്ന കുട്ടികളും ഇപ്പോൾ അവിടെയില്ല.

മാമ്പഴമണം

ഞാൻ പിറന്ന വീടിന്റെ അതിരിനെക്കുറിച്ചുള്ള ഓർമ്മകളിൽ മായാതെനിൽക്കുന്നത് പടർന്നുപന്തലിച്ച ഒരു ഗോമാവാണ്. ഒന്നിടവിട്ട വർഷങ്ങളിലേ അത് കായ്ച്ചിരുന്നുള്ളൂ. കായ്ച്ചാലോ പ്രാന്ത്പിടിച്ച് കായ്ക്കുകയും ചെയ്യും.

നാട്ടുമാവുകളുടെ ഗണത്തിൽപ്പെടുത്തിയിരുന്നില്ല ഗോമാവിനേയും ഒളോർമാവിനേയും ചന്ദനമാവിനേയും. ഒളോറിനെ അപേക്ഷിച്ച് കായ്ഫലം കൂടുക ഗോമാവിനും ചന്ദനമാവിനുമാണ്. മധുരവും വലിപ്പവും കൂടുതൽ ഒളോറിനുതന്നെ. മാംസളമാണത്. ശരിക്കും മൂത്തുപഴുത്താൽ തങ്കത്തിന്റെ നിറമാണതിന്. തറവാട്ടിൽ വിഷുക്കണിക്ക് വെച്ചിരുന്നത് ഒളോർമാമ്പഴം മാത്രമായിരുന്നു.

മാവിൽ നിന്നുപഴുത്താൽ ഒട്ടും നന്നല്ല ഒളോർ. അങ്ങനെ പഴുത്താൽ പഴുക്കുകയല്ല പുഴുക്കുകയാണ് ചെയ്യുക. പുഴുത്തില്ലെങ്കിലും കാര്യമില്ല. മധുരം നന്നേ കുറയും.

മാവിൽ നിന്നുപഴുത്താൽ വീണുകിട്ടാനും പ്രയാസമാണ്. ഞെട്ടിക്ക് ഉറപ്പുകൂടുതലുള്ള മാമ്പഴമാണത്. ചുണ്ടുചുവക്കുമ്പോഴേയ്ക്കും അണ്ണാനും കാക്കകളും വന്ന് ചുണ്ടുപിളർത്തും. ഒറ്റദിവസംകൊണ്ട് ആകൃതിമാറും. ചുണ്ടുവിടർന്ന് കരയുന്നകുഞ്ഞിന്റെ വാപോലാവും. അണ്ണാനും കാക്കകളും തുരന്നുണ്ടാക്കുന്ന വായ്ക്ക് വലിപ്പംകൂടിയാൽ നാവുകണക്കെ അണ്ടിവെളിപ്പെടും. അപ്പോഴേ ഞെട്ടറ്റുവീഴൂ. മിക്കവാറും കാമ്പ് തീർന്നിരിക്കും. ബാക്കിഭാഗത്ത് പുഴുത്തിരിക്കും. പുഴുവില്ലെങ്കിൽ അണ്ണാനും കിളികളും തിന്നഭാഗം ചെത്തിക്കളഞ്ഞ് വല്യമ്മ ഞങ്ങൾക്ക് തരും. ആ കഷണങ്ങൾക്ക് പക്ഷേ ഒളോറിന്റെ ഗന്ധമായിരുന്നില്ല. അണ്ണാന്റെ ഗന്ധമായിരുന്നു. ഒളോറിന്റെ അണ്ടി മുഴുവൻ കിട്ടാൻ വലിയ പ്രയാസമാണ്. അണ്ടിക്കകത്തെ വണ്ടിൻപുഴുക്കളെ തുരന്നുകളഞ്ഞ് ശ്രദ്ധയോടെ മുളപ്പിച്ചെടുക്കണം. യാതൊരുകേടുമില്ലാത്ത മാമ്പഴത്തിന്റെ അണ്ടിക്കകത്തും

വണ്ടുകളുണ്ടാകും. മാംസളതയിൽ ഒരു സൂചിപ്പാടുപോലും കാണാതിരുന്നിട്ടും അണ്ടിക്കകത്തെ വണ്ടുകളുടെ പ്രവേശനവഴികൾ എന്നുമെന്റെ അത്ഭുതമായിരുന്നു.

ഒളോർമാങ്ങ ഇളംപ്രായത്തിൽ പറിച്ചുതിന്നാൻ രസമാണ്. പുളി കുറവായിരിക്കും. വെള്ളരിപ്പൂവൽകണക്കെ തിന്നാം. നന്നായി മൂത്ത മാങ്ങയെ ചിനച്ച മാങ്ങയെന്നാണ് പറയുക. ചെനച്ചമാങ്ങയും ഉപ്പിലിടാം. ഒളോർമാങ്ങ ഉപ്പിലിട്ടത് മഴക്കാലത്തെടുത്ത് മുറിക്കുമ്പോൾ കാമ്പിന്റെ അകം ചുവന്നുകാണാം. പുളിയിലും മധുരത്തിലും ഉപ്പു കൂടി ചേരുമ്പോൾ വല്ലാത്ത രുചിയാണ്. ഇത് കുട്ടികൾക്കും വയസ്സായവർക്കും ഉള്ളതാണ്. പനിക്കാർക്കും. പൊതുവെ ഉപ്പുമാങ്ങയെ പനിമാങ്ങയെന്നാണ് പറയുക. ഉപ്പിലിട്ട ഒളോർമാങ്ങ മുറിക്കുമ്പോൾ അതിന്റെ അണ്ടിക്കുവേണ്ടി തല്ലുകൂടും തറവാട്ടിലെ കുട്ടികൾ. ഉപ്പു പിടിച്ച അണ്ടി ഈമ്പിക്കൊണ്ടിരിക്കാൻ രസമാണ്.

ഒളോർമാങ്ങ പൊട്ടിക്കുമ്പോൾ ഞെട്ടിയിൽനിന്നൊഴുകുന്ന ചുനയുടെ അളവുനോക്കിയാണ് മൂപ്പ് നിശ്ചയിക്കുക. പൊതുവെ എല്ലാ മാങ്ങയുടേതുമതെ, ചുനകുറവാണെങ്കിൽ നന്നായി മൂത്തു എന്നാണ് അർത്ഥം. ഒളോർമാങ്ങ അൽപം മൂപ്പ് കുറഞ്ഞാലും പഴുത്താൽ നന്ന്.

ഗോമാവിനെക്കുറിച്ച് പറഞ്ഞുതുടങ്ങിയാൽ ഒളോർമാവിലെത്തുന്നു. മാവുകളുടെ ജീവിതം അങ്ങനെയാണ്. രുചികളുടെ പല പടർപ്പുകൾ... പന്തലിക്കലുകൾ. മാങ്ങ പഴുക്കുന്നകാലത്താണ് അണ്ണാന്റെ ജന്മം ഞങ്ങൾ മോഹിച്ചിരുന്നത്. ഏത് മാവിൻതുന്നത്തേയ്ക്കും അണ്ണാന് കയറിച്ചെല്ലാം. മധുരിക്കുന്ന മാമ്പഴച്ചുണ്ടുകളെ ഉമ്മവെയ്ക്കാം.

ഗോമാവിനെ ഇഷ്ടപ്പെടുന്നത് പലകാരണങ്ങൾകൊണ്ടാണ്. കണ്ണിമാങ്ങയ്ക്കുതന്നെ രുചിയാണ്. ഗോമാവിലെ ആദ്യത്തെ കണ്ണിമാങ്ങ വീഴുന്നതും നോക്കി കാവലിരിക്കും. തുരുതുരെ കൊഴിയാൻതുടങ്ങുമ്പോൾ ആർക്കും വേണ്ടാതാകും. പിന്നെ ചെനച്ചമാങ്ങയ്ക്കുള്ള കാത്തിരിപ്പാണ്. ചെനച്ച മാങ്ങ ചെത്തിച്ചെത്തിയെടുത്ത് ചുവന്ന മുളകും ഉപ്പും കറിവേപ്പിലയുംകൂട്ടിച്ചതച്ച് വെളിച്ചെണ്ണയൊഴിച്ചാൽ കഞ്ഞിക്ക് വേറെ കറിവേണ്ട. പഴുത്തഗോമാങ്ങയുടെ തൊലികളയണമെന്നില്ല. അതിനും നല്ല സ്വാദാണ്. അതിരിലെ ഗോമാവിൽ മാങ്ങ മൂത്തുതുടങ്ങിയാൽപിന്നെ മാങ്ങക്കാലം കഴിയുംവരെ വെള്ളരിക്കയും മാങ്ങയുമാണ് കൂട്ടാൻ. കഷണം നുറുക്കിക്കൊണ്ടിരിക്കുമ്പോഴാവും

മാങ്ങക്ക് കല്ലെറിയാൻ വല്ല്യമ്മയോ അമ്മായിയോ പറയുക. മാങ്ങാക്കൂട്ടാന്റെ ഒരേരുചി മടുത്തതിന്റെ പകതീർക്കാൻവേണ്ടികൂടിയാണ് മാവിന് കല്ലെറിയുന്നത്. ഗോമാവിലെ മാങ്ങാക്കാലം മറ്റ് മാവുകളുടേത്പോലെയായിരുന്നില്ല. ആദ്യത്തെ മഴക്കാലംവരെ അത് നീണ്ടു നിൽക്കും. ആദ്യത്തെമഴയിലും കാറ്റിലും എല്ലാം കൊഴിഞ്ഞുതീരും.

പഴുത്തമാങ്ങ തോലോടുകൂടി പൂണ്ടെടുത്ത് ഉണക്കി സൂക്ഷിക്കുന്നപതിവുമുണ്ടായിരുന്നു തറവാട്ടിൽ. ഗോമാങ്ങമാത്രമേ അതിനായി ഉപയോഗിച്ചിരുന്നുള്ളൂ. മഴക്കാലത്തേക്കുവേണ്ടി സൂക്ഷിച്ചു വെക്കുന്നതാണത്. കാർമേഘങ്ങൾ മറയ്ക്കാത്തവെയിലിൽതന്നെ ഉണക്കിയെടുക്കണമെന്ന് നിർബന്ധമുണ്ട്. അതിനാൽ വിഷുക്കാലത്തിനുമുമ്പുതന്നെ പഴമാങ്ങ ഉണക്കൽ പൂർത്തിയാവും. ഉണങ്ങാൻതുടങ്ങുമ്പോൾ മദഗന്ധമാണ് ഗോമാങ്ങയ്ക്ക്. നന്നായി ഉണങ്ങിയാൽ കറുത്തനിറമായിരിക്കും. ചാക്കിൽകെട്ടി അട്ടത്തുവെയ്ക്കുകയാണ് പതിവ്. നന്നായി പുകകൊണ്ട് ഉണങ്ങിയാലേ നന്നാവൂ. പുകയേറ്റ് ഉണങ്ങിയാൽ പുഴുവരില്ല.

പെരുമഴപെയ്തുതുടങ്ങുമ്പോഴാണ് ഉണക്കിയ പഴമാങ്ങ താഴത്തിറക്കുക. മഴക്കാലത്ത് സ്കൂൾവിട്ടുവരുമ്പോൾ അതേ തിന്നാനുണ്ടാവൂ. തറവാട്ടിൽ ഭക്ഷണത്തിന് വൈവിധ്യമുണ്ടായിരുന്നില്ല. ദാരിദ്ര്യം അതിനൊരു കാരണമായിരുന്നു. ചക്കയും കഞ്ഞിയുമാണെങ്കിൽ മാസങ്ങളോളം അതുതന്നെ. വെള്ളരിക്കയും മാങ്ങയുമാണെങ്കിലും അതുതന്നെ. മഴക്കാലത്തേക്കുവേണ്ടി കാത്തുസൂക്ഷിക്കുന്ന മറ്റൊന്ന് മൂത്തുനരച്ച കുമ്പളങ്ങയും വെള്ളരിക്കയുമാണ്. നരച്ചവൃദ്ധശിരസ്സായും, പെറ്റുവീണ കുഞ്ഞുങ്ങളായും അവ വിട്ടത്തിൽ തൂങ്ങിക്കിടക്കും. മഴക്കാലത്ത് വെള്ളരിക്കക്കൂട്ടാൻ മടുപ്പിക്കുമ്പോൾ ആ ശിരസ്സുകളെ കൊഞ്ഞനംകുത്തും, ശപിക്കും.

കാലവർഷത്തിലെ ആദ്യത്തെ മഴക്കൂത്ത് അവസാനിച്ചാൽ ചേമ്പിൻതണ്ട് തുടംവെയ്ക്കും. അതോടെ അടുക്കളയിലെ രുചിയിൽ ചെറിയമാറ്റം വരും. ചേമ്പിൻതണ്ടുകൊണ്ട് പുളിങ്കറിവെക്കാം. മൊളോഷ്യവും വെയ്ക്കാം. ചേമ്പിൻതണ്ട് കാന്താരിമുളകും വേപ്പിലയും ചതച്ചിട്ട് വേവിച്ച് വെളിച്ചെണ്ണ ഒഴിച്ചാൽ ഒരിടങ്ങഴിയുടെ ചോറുണ്ണാമെന്നുപറയും വല്ല്യമ്മ. ചെറിയ ഉള്ളി വെളിച്ചെണ്ണയിൽ മൂപ്പിച്ച് ഒഴിച്ചാലും മതി. അടുക്കളയിൽ സന്ധ്യയ്ക്ക് ഉള്ളിമൂപ്പിച്ചാൽ ഉമ്മറത്തിരുന്ന് പെരുക്കൽപട്ടിക ചെല്ലുമ്പോൾ തെറ്റും. അടുക്കളയിലെ കണക്കുകൾ പിഴക്കുമ്പോഴോ, ചേമ്പും തകരയും താളും

കഞ്ഞിത്തൂവയും മത്തയിലയും കുമ്പളയിലയും ഒക്കെ വലിയ ആശ്വാസം. പഞ്ഞമാസത്തെ കറിക്കൂട്ടുകൾ അതൊക്കെയാണ്.

മത്തയിലയും കുമ്പളയിലയും കഞ്ഞിവെള്ളത്തിൽ കാന്താരി മുളക് ചതച്ചിട്ട് വേവിച്ച് വെളിച്ചെണ്ണ ഒഴിച്ചുണ്ടാക്കുന്ന വിചിത്രമായ ചില കറികളുണ്ട്. കഞ്ഞിത്തൂവയുടെ ഇലകൊണ്ടും ഇങ്ങനെ കറിയുണ്ടാക്കും. ഇളയ ഇല നുള്ളിയെടുക്കണം. മൂത്തുപോയാൽ കഞ്ഞിത്തൂവയുടെ ഇലയ്ക്ക് ചൊറിച്ചിലാണ്. കത്തി തൊടീയ്ക്കാനും പാടില്ല. ഇരുമ്പുകത്തി തൊടീക്കാൻ പാടില്ലാത്ത പലതരം കിഴങ്ങുകളുണ്ട്. അതൊക്കെ വല്യമ്മയ്ക്കേ അറിയൂ. മാമ്പഴത്തിൽനിന്ന് അടുക്കളയിലെത്തുമ്പോൾ വീണ്ടും ഗതിമാറുകയാണോ?

മാവിലേക്കുതന്നെ തിരിച്ചുവരാം.

ഗോമാവിലും ഒളോറിലുമായി എങ്ങനെ ഒരു മാമ്പഴക്കാലത്തെ തളയ്ക്കും?

ഞങ്ങളെ പരിഗണിക്കാത്തതെന്ത് എന്ന് നാട്ടുമാവുകൾ ചോദിക്കുന്നു.

ഉറുണ്യേനും, ചകിര്യേനും, മുട്ടിക്കുടിയനും, ചോപ്പനും, പുളിയനും ചോദിക്കുന്നു.

നാട്ടുമാവുകൾ താന്തോന്നികളായി വളരുന്നവരാണ്. കുട്ടികൾ നൽകുന്നപേര് ഒരു പരാതിയുമില്ലാതെ സ്വീകരിച്ചവർ. കാറ്റിനും

അണ്ണാനും പറവകൾക്കും കുട്ടികൾക്കുമൊപ്പം കളിക്കാനായി മാത്രം പൂക്കാനും കായ്ക്കാനും കൊതിയ്ക്കുന്നവർ.

നാട്ടുമാവുകളുടെ സമൃദ്ധിയുണ്ടായിരുന്നത് മഠത്തിലെ പറമ്പിലായിരുന്നു. ഞങ്ങളുടെ ഗ്രാമത്തിലെ ഏറ്റവുംവലിയ ഫ്യൂഡൽ ഭവനം അതായിരുന്നു. അവിടുത്തെ അയ്യപ്പക്ഷേത്രമായിരുന്നു ഞങ്ങളുടെ പ്രധാന ആരാധനാലയം. ചെങ്കല്ലും മണ്ണുംകൊണ്ട് നിർമ്മിച്ച ക്ഷേത്രം.

കോവിലകക്കാരുടെയായിരുന്നു മഠം. അവരുടെ കുളപ്പുര തമ്പ്രാക്കന്മാർക്ക് വിരുന്നുതാമസിക്കാനുള്ള സ്ഥലവും. എന്റെ കുട്ടിക്കാലത്ത് അവിടുത്തെ സ്ഥിരതാമസക്കാരൻ കാര്യസ്ഥൻ മാത്രം.

അമ്പലത്തിനുചുറ്റുമായിരുന്നു നാട്ടുമാവുകൾ. അവർ അതികായന്മാർ. കുനിഞ്ഞുകൊടുക്കില്ല. നെടുങ്കൻനിൽപ്പ്. വളരെ ഉയരത്തിൽ ഒറ്റത്തടി. അതിനുമേൽ പടർന്നുപന്തലിച്ച കൊമ്പുകൾ. ആ ഉയരത്തിലേക്ക് ഞങ്ങൾക്കാർക്കും കയറിച്ചെല്ലാനാവില്ല. വെറുതെ കല്ലെറിഞ്ഞുനോക്കും. അന്നേരമായിരിയ്ക്കും കുലുങ്ങിച്ചിരിച്ച് കാറ്റുവരിക. മാമ്പഴം ചാടിച്ചുതരിക.

ഉറുണ്ണ്യേന് ശരിയ്ക്കും മൂത്താൽ ഒരു ഗോട്ടിയുടെ വലുപ്പമേ കാണൂ. അതിന്റെ കണ്ണിമാങ്ങയാണ് കടുമാങ്ങയ്ക്ക് ഉപയോഗിയ്ക്കുക. കടുമാങ്ങയ്ക്ക് ഏറ്റവും നല്ലത് ഉറുണ്ണ്യേനാണ്. ചകിര്യേൻ കുട്ടികൾക്ക് അത്ര പ്രിയമായിരുന്നില്ല. കാമ്പിൽ നാരുകൂടുതലാണ്. കടിച്ചുതിന്നുമ്പോൾ പല്ലിന്റെ ഇടയിലൊക്കെ നാരുകുടുങ്ങി അസ്വസ്ഥതയുണ്ടാക്കും. ചകിര്യേൻ മാമ്പഴക്കൂട്ടാൻവെക്കാൻ നല്ലതാണ്. മോരൊഴിച്ചുവെക്കാം. മോരുകറിയിൽനിന്ന് മാമ്പഴമെടുത്ത് പിഴിയുമ്പോൾ ചുനയുള്ള ഗന്ധം ചോറിലാകെ പടരും.

മുട്ടിക്കുടിയന്റെ ചുണ്ടിലൊന്ന് കടിച്ചാൽമതി. ദാഹംതീർക്കുന്ന മാമ്പഴച്ചാറ് വായിൽനിറയും. ഏറ്റവും മധുരമുള്ള നാട്ടുമാമ്പഴം തന്നിരുന്നത് ചെറിയമ്മയുടെ പറമ്പിലെ ഒരു മാവായിരുന്നു. ആ നാട്ടുമാവിലേക്കെന്നപോലെ മറ്റൊരിടത്തേയ്ക്കും അത്രയേറെ കാക്കകൾ പറന്നുവന്നിരുന്നത് ഞാൻ കണ്ടിട്ടില്ല. ആ മാവിലെ കണ്ണിമാങ്ങയും പച്ചമാങ്ങയുമൊന്നും ആർക്കും വേണ്ടായിരുന്നു. വല്ലാത്ത കയ്പായിരുന്നു കണ്ണിമാങ്ങയ്ക്ക്. പക്ഷെ പഴുത്താലോ രുചിയുടെ രാജാവുതന്നെ. കൽക്കണ്ടമധുരം. പഴുത്താൽ ശരിയ്ക്കും ഓറഞ്ചുവർണമാവും. മരത്തിൽ നിന്നുപഴുത്താലേ രുചിയുള്ളു. കൊമ്പിൽകയറി

നിന്ന് കുലുക്കിച്ചാടിക്കണം. കൂടകളിൽനിറയെകിട്ടും.

ചന്ദനമാവ് മൂവാണ്ടന്റെ വർഗ്ഗക്കാരനായിരുന്നു. ചെറുപ്രായത്തിൽതന്നെ കായ്ക്കും. ഇളംചില്ലകൾ ഭാരംതാങ്ങാനാവാതെ തൂങ്ങും. കൗമാരത്തിലേ ഗർഭിണിയായ പെൺകുട്ടിയുടെ ദൈന്യമാണ് ആദ്യമായി കായ്ക്കുന്ന ചന്ദനമാവിന്. നാട്ടുമാമ്പഴങ്ങൾ കരഞ്ഞുകൊണ്ടേയിരിയ്ക്കുന്ന പെൺകുട്ടിയെപ്പോലെയാണ്. പഴുത്തുവീണാലും കണ്ണീരുതന്നെ. മാമ്പഴത്തിന്റെ കവിളിലെല്ലാം കണ്ണീരുപോലെ ചുന. ഞെട്ടിഭാഗം കടിച്ചുതുപ്പി ചുനയൊക്കെ കളഞ്ഞശേഷമേ മുട്ടിക്കുടിക്കാൻപറ്റൂ.

മാമ്പഴം വീഴുമ്പോൾ പെൺകുട്ടികൾ ഓടിയെത്തി മാമ്പഴത്തിനടുത്ത് വട്ടംചുറ്റിയിരിക്കും. കോളാമ്പിപ്പൂവ് കമിഴ്ത്തിവെച്ചപോലെ അവരുടെ പാവാട. മാമ്പഴം ആർക്കും കാണാൻപറ്റില്ല. തൊരടിമുള്ളിൻകൂട്ടിൽ വീണത് പെറുക്കാൻ പെൺകുട്ടികൾ വരാറില്ല. പാവാട കൊളുത്തിക്കീറുമെന്ന പേടിയാണവർക്ക്. ആ മാങ്ങ പെറുക്കാൻ ആൺകുട്ടികൾതന്നെവേണം.

കൈപ്പത്തിയിൽ മുള്ളുകോറി മുറിയും. മാങ്ങ ഈമ്പിക്കുടിക്കുമ്പോൾ ചുനയുള്ള ചാറ് മുറിവുകളിലേയ്ക്ക് ഒലിച്ചിറങ്ങി നീറും.

നാട്ടുമാങ്ങയുടെ മധുരം നീറുന്ന മധുരമായിരുന്നു; വീറുള്ള മധുരമായിരുന്നു.

ചക്ക പഴുക്കുമ്പോൾ

വെട്ട്യോത്തിപ്പിടി പ്ലാവ് എന്ന് വിളിച്ചിരുന്നത് തറവാടിന്റെ വടക്കു കിഴക്കേമൂലക്കലെ പ്ലാവിനെയായിരുന്നു. അതാര് നൽകിയ പേരാണെന്ന റിയില്ല. ആ പേരിന്റെ ഔചിത്യത്തെക്കുറിച്ചും ഞാൻ പലപ്പോഴും ആലോ ചിച്ചിട്ടുണ്ട്.

വെട്ടുകത്തിയുടെ പിടിപോലെ നീണ്ട ചക്കയാണതിൽ കായ്ച്ചിരു ന്നത്. തറവാട്ടുപറമ്പിൽ ആദ്യം കായ്ച്ചിരുന്നത് ആ പ്ലാവായിരുന്നു. കായ് കറിക്കാലത്തിനു മുമ്പുതന്നെ ഇടിച്ചക്ക പ്രായമാവും. ഇടിച്ചക്കയായി അടുക്കളയിലേക്കു പ്രവേശിച്ചു തുടങ്ങിയാൽ ഒഴിഞ്ഞുപോകാൻ മാസങ്ങ ളെടുക്കും. ആദ്യത്തെ മഴ വീഴുംവരെ.

ഇടിച്ചക്കപ്രായത്തിൽ അങ്ങനെ ഉപയോഗിക്കുക പതിവില്ല. ഇടിച്ചക്ക പറിക്കുക എന്നത് ഒരു തരം ശിശുഹത്യയാണ്. നിറച്ചുകായ് ക്കുന്ന പ്ലാവിൽ ചക്കക്കാലത്തിന്റെ അവസാനത്തിൽ അവ പഴുത്ത് ചീഞ്ഞ് താഴെ വീഴുമെന്ന് എല്ലാവർക്കുമറിയാം. ആർക്കും വേണ്ടാ താവുന്ന ചക്ക ഇടിച്ചക്കപ്രായത്തിൽ പറിച്ചെടുക്കാൻ മടിയായിരുന്നു. മുള്ളുകളോടു കൂടി തൊലി അരിഞ്ഞുകളഞ്ഞ് വലിയ കഷ്ണങ്ങളായി മുറിച്ച് ഉപ്പിട്ട് വേവിക്കും. അതിനുശേഷം ഉരലിലിട്ടോ അമ്മിയിലിട്ടോ ചത ച്ചെടുക്കും. ചതയ്ക്കുമ്പോൾ തേങ്ങചുരണ്ടിയതും വേപ്പിലയും പച്ച മുളകും ഒക്കെ ചേർക്കും. അതുകൊണ്ടാണ് തോരൻവെയ്ക്കുക.

ഇടിച്ചക്കപ്രായം കഴിഞ്ഞാൽ പിന്നെ കമ്പിളിച്ചക്കയെന്നാണ് പേര്. ചുളയ്ക്ക് കനമുണ്ടാവില്ല. കുരുവിന്റെ കാമ്പ് ഉറച്ചിരിക്കില്ല. മൂപ്പുകുറഞ്ഞ് ഇളനീർകാമ്പു പോലെയിരിക്കും. ചുളയുടെ ആവരണമായ ചുവുണി (മൂത്തുകഴിഞ്ഞാൽ ചക്കച്ചുളയിൽ നിന്ന് നാരുപോലെ വേർപ്പെടുത്തു ന്നത്) തീരെ ഇളയതായതുകാരണം അതുകൂടി ചേർത്തരിഞ്ഞാണ് ഉപ്പേരിയുണ്ടാക്കുക. അപൂർവ്വമായി മാത്രമേ കമ്പിളിപ്രായത്തിലും ചക്ക ഉപയോഗിക്കാറുള്ളൂ. ചക്കേം കഞ്ഞീം കഞ്ഞീം ചക്കേം എന്നു പറയുന്ന തരത്തിൽ ചക്കയുടെ ആധിപത്യം അടുക്കളയിലെത്തുന്നത് പിന്നേയും

മാസങ്ങൾ കഴിഞ്ഞാണ്. തറവാട്ടിലെ ദാരിദ്ര്യം കാരണം ചക്കക്കാല മായാൽ അതൊടുങ്ങുംവരെ ഒരേമെനുവാണ് അടുക്കളയിൽ. ചക്ക വെക്കുന്ന രീതിയിലേ മാറ്റമുണ്ടാവൂ. മൂത്തചക്ക തേങ്ങയും വേപ്പിലയും ചതച്ചിട്ട് പുഴുക്കുവെയ്ക്കാം. അതല്ലെങ്കിൽ വെളിച്ചെണ്ണയിൽ കടുകുവറു ത്തിട്ട് ഉപ്പേരിവെയ്ക്കാം. അത്രയൊക്കെയേ പറ്റൂ. കഞ്ഞിക്ക് ചക്കഉപ്പേരി വിളമ്പിത്തരുമ്പോൾ പിഞ്ഞാണത്തിന്റെ അറ്റത്ത് മുളകു ചമ്മന്തിയു മുണ്ടെങ്കിൽ അതൊരു ബോണസ്സാണ്. തറവാട്ടുപറമ്പിൽ ചക്ക മൂക്കാൻ തുടങ്ങുമ്പോഴേക്കും വേനൽ ശരിക്കും മൂർച്ഛിക്കും. ചോരൻകുന്നിന്റെ താഴ്‌വരയിലെ കിണറുകൾ വറ്റിയിരിക്കും. അവിടെ താമസിച്ചിരുന്നവർ ചാളകളിൽ വസിക്കുന്നവരായിരുന്നു. തെങ്ങുകയറലും, മറ്റ് കൂലിപ്പണി കളും അതൊന്നുമില്ലാത്തപ്പോൾ റാക്കു (ചാരായം) കച്ചവടവും തൊഴിലാ ക്കിയവർ. അവിടുത്തെ സ്ത്രീകൾ വള്ളിയും, കാർത്ത്യായനിയും ശാന്തയും മാണിയും ഒക്കെ തറവാട്ടുവീട്ടിലേക്ക് വെള്ളമെടുക്കാൻ വരുന്ന നേരത്താണ് വല്യമ്മയും അമ്മായിയും ചക്ക നന്നാക്കാനിരിക്കുക. കിണറ്റിൻ കരയിൽ വെള്ളമെടുക്കാൻ വരുന്നവർ ഒരു കൈ സഹായിക്കും. ചക്കകൊണ്ട് കൊണ്ടാട്ടവും പപ്പടവും ഉണ്ടാക്കും. ചക്കച്ചുളയുടെ മൂടും മൂക്കും (രണ്ട് അറ്റങ്ങൾ) അരിഞ്ഞെടുത്ത് ബാക്കിഭാഗം നീളത്തിൽ അരിഞ്ഞ് ഉപ്പും മുളകും മഞ്ഞളും ഇട്ടു വേവിച്ച് ഉണക്കിയെടുത്ത്

സൂക്ഷിക്കും. അത് വർഷകാലത്തേക്കുള്ളതാണ്. വർഷകാലത്ത് നാട്ടിലെ വീടുകളിൽ ചക്കക്കൊണ്ടാട്ടം വറുത്തതും കട്ടൻകാപ്പിയും ഇഷ്ടവിഭവമായിരുന്നു.

മൂടും മൂക്കും അരിഞ്ഞത് വേവിച്ച് അരച്ചെടുത്ത് അതിൽ കുരുമുളക് ചതച്ചിട്ടാണ് പപ്പടമുണ്ടാക്കുക. പ്ലാശിന്റെ ഇലയിലോ, കുരുമുളകിന്റെ ഇലയിലോ പരത്തിയാണ് ചക്കപ്പപ്പടം ഉണക്കിയെടുക്കുക. കുരുവിന്റെ ചുറ്റുമുള്ള വെളുത്ത ആവരണം (പോണ്ടി) ഉപ്പിട്ട് ഉണക്കാം. അത് വറുക്കുമ്പോൾ പൊള്ളച്ചുവരും. ചക്ക പഴുത്തുതുടങ്ങിയാൽ ആദ്യമൊക്കെ ആർത്തിയാണ്. ഒരു ചുളയ്ക്കുവേണ്ടി തല്ലുകൂടും. സമൃദ്ധമായി ചക്ക പഴുക്കാൻ തുടങ്ങിയാലോ വിരക്തിയും. ചക്കപ്പഴത്തിന്റെ വൈവിധ്യമറിയണമെങ്കിൽ അത് പഴുത്തു തുടുക്കണം. വരിക്കച്ചക്ക പലതരമാണ്. ചുളകളുടെ നിറം പലതാണ്. ചിലത് ശരിക്കും ഓറഞ്ചുനിറം. ചിലത് തടിച്ചുകുറുകിയവ. ചിലത് മെലിഞ്ഞു നീണ്ടവ. വെട്ട്യോത്തിപ്പിടിപ്ലാവിന്റെ ചക്ക പഴുത്താലും കേമമായിരുന്നു. ചന്ദനനിറമാവും ചുളയ്ക്ക്, ചുളപൊളിക്കുമ്പോൾ മധുരമുള്ള ജലകണങ്ങൾ പുറത്തുചാടും.

പഴുത്തചക്ക ആർക്കും വേണ്ടാതാവുമ്പോൾ വേവിച്ച് വരട്ടും. ജലാംശം കുറഞ്ഞ നാരുകുറഞ്ഞ ചക്കയേ വരട്ടുവാൻ കൊള്ളൂ. ചക്കവരട്ടുന്ന പണി വല്യമ്മയ്ക്കായിരുന്നു. നല്ല കായബലം വേണം ചക്ക വരട്ടാൻ. തവിട്ടുനിറമായി, ജലാംശം വറ്റി മുറുകുമ്പോൾ അടി കരിയാതെ

ഇളക്കണമെങ്കിൽ ആരോഗ്യമുള്ള ആൾക്കേ പറ്റൂ. ശരിക്കും പാകമായാൽ മാസങ്ങളോളം ഇരിക്കും. ഓണത്തിന് ചക്കപ്രഥമനാവും. കുമ്പളപ്പു മാവും.

വരിക്കച്ചക്കയ്ക്ക് ഇങ്ങനെ പലതുമാവാം. എന്നാൽ പഴംചക്കയുടെ വിധി ആരെയും ആകർഷിക്കാൻ കഴിയാത്തതാണ്. പഴംചക്കയുടെ ചുളക്ക് അഴുകിയ രൂപമാണ്. പിളിപിളി എന്നാവും. നാരും ധാരാളം. ചക്കമടലിൽനിന്ന് ചുളപറിച്ചെടുക്കുകയല്ല മാന്തിയെടുക്കുകയാണ് ചെയ്യുക. ഒരുതവണയൊക്കെ തിന്നാൻ രസമാണ്. പഴുത്തുവീണ് അഴുകിപ്പോവലാണ് പഴംചക്കയുടെ വിധി.

ചക്ക അഴുകാൻ തുടങ്ങിയാൽ പറമ്പിലാകെ മദഗന്ധമാവും. ഈച്ചകൾ ആർക്കാൻതുടങ്ങും. പഴുത്ത ചക്കക്കാലം ഈച്ചക്കാലമാണ്. ചക്കയിലേക്കു വരുന്ന ഈച്ചകൾക്കും ദുർവിധിയാണ്. മുളഞ്ഞിൽ പറ്റിപ്പിടിച്ച് പിടഞ്ഞു ചാവലാണ് അവരുടെ വിധി.

ചക്കയുടെ മുളഞ്ഞ് (പശ) കോലിൽ ചുറ്റി സൂക്ഷിച്ചു വെയ്ക്കാറുണ്ട്. അത് ഉരുക്കി വെട്ടുകല്ലിന്റെ പൊടിചേർത്ത് പാത്രങ്ങളുടെ ഓട്ട അടയ്ക്കാൻ ഉപയോഗിക്കാം. ചക്കമുളഞ്ഞ് ഉപയോഗിച്ച് ചെറിയ കിളികളേയും പിടിക്കാം. ചെമ്പരത്തിയിലേക്കുവരുന്ന തേൻകിളികളെ യോ ആണ് ഈ വിധം ചക്കമുളഞ്ഞ് തേച്ച് പിടിക്കുക. ചെമ്പരത്തിയുടെ ചില്ലകളിൽ മുളഞ്ഞ് വെയ്ക്കും. അവിടെ ചെറുകിളികൾ വന്നിരുന്നാൽ മുളഞ്ഞിലൊട്ടിപ്പിടിക്കും.

പക്ഷേ അങ്ങനെ പിടിക്കുന്ന ഒരു കിളിയേയും വളർത്താൻ പറ്റി യിട്ടില്ല. ഒന്നുകിൽ ചത്തുപോവും. അല്ലെങ്കിൽ പൂച്ചപിടിക്കും. ആദ്യത്തെ മഴപെയ്യുന്നതോടെ ചക്കയ്ക്കകത്ത് വെള്ളം കയറും. പിന്നെ ആർക്കും ചക്ക വേണ്ടാതാവും. പ്ലാവിനേയും തിരിഞ്ഞുനോക്കാതാവും. തറവാടിന്റെ വടക്കേ അറ്റത്തെ കൂറ്റൻ പ്ലാവുകളിൽനിന്ന് താഴെവീഴുന്ന ചക്ക മഴയത്ത് അഴുകി മഴയ്ക്കൊപ്പം മദമുയർത്തുന്ന ഗന്ധമായി പറമ്പിലാകെ മാസന്തോറും തങ്ങിനിൽക്കും.

തെക്കിനിയുടെ മൂലയിൽ ചക്കക്കുരു കൂട്ടിയിടുന്നത് മഴക്കാല ത്തേക്കുവേണ്ടിയാണ്. മഴക്കാലത്ത് വെള്ളരിക്കയും ചക്കക്കുരുവുമാണ് മെനു. ചക്കക്കുരുവിന്റെ തവിട്ടുനിറമുള്ള ആവരണത്തിൽനിന്ന് പച്ചമുള പൊട്ടുംവരേയും ചക്കക്കുരു അടുക്കളയുടെ അധിപനായി തുടരും. മുളപൊട്ടിയാൽ വേവില്ല. മധുരമുണ്ടാവുകയും ചെയ്യും. ഉപയോഗശൂന്യ മായത് വലിച്ചെറിഞ്ഞാൽ നൂറുകണക്കിന് പ്ലാവിൻതൈകൾ ഒരിടത്ത്

മുളച്ചുപൊന്തും. വരിക്കയുടെ കുരു കുഴിച്ചിട്ടാലും വരിക്ക ആവണമെന്നില്ല. തറവാട്ടിലെ കാരണവർ മേലാസകലം എണ്ണതേച്ച് ചക്കക്കുരു കുഴിച്ചിട്ടാൽ വരിക്കപ്ലാവുണ്ടാവുമെന്ന വിശ്വാസം നിലനിന്നിരുന്നു.

ഭഗവതിക്കാവുകളുണരുമ്പോൾ

മകരച്ചൊവ്വയ്ക്ക് കുടല്ലൂരിലെ വാഴാവിൽക്ഷേത്രത്തൽ നിന്ന് പള്ളിപ്പുറത്തെ കൊടിക്കുന്നത്ത് കാവിലേക്ക് ഒരു ഘോഷയാത്ര പോകാറുണ്ട്. ഒരു തരത്തിൽ കാവുതീണ്ടലാണത്. മധ്യകേരളത്തിലെ ഗോത്രപ്പഴക്കങ്ങളിൽ അടയാളപ്പെടുത്തിയ കാഴ്ചയുമാണ്. ഏറെപ്പഴക്കമുള്ള ദൃശ്യഭംഗികളാണ് ഈ ഘോഷയാത്രയിൽ ഉണ്ടാവുക. വെളിച്ചപ്പാടുണ്ടാവും. നാടോടിവാദ്യഘോഷങ്ങളുണ്ടാവും. കൊടിക്കൂറയും കുരുത്തോല ഞാത്തിയിട്ട തിത്തേരിക്കുടയുമുണ്ടാവും. കീഴ്ജാതിക്കാർക്ക് നേതൃത്വമുള്ള കാവുതീണ്ടലാണിത്. ഭാരതപ്പുഴ മുറിച്ചുകടന്ന് ഒരു യാത്ര.

കൊടിക്കുന്നത്ത് ഭഗവതി മധ്യകേരളത്തിലെ പ്രധാനപ്പെട്ട അമ്മ ദൈവമാണ്. ഈ ദേവതാസങ്കല്പത്തിന് രൗദ്രതയേറും. കൊടിക്കുന്നത്ത് ഭഗവതിയെ പരദേവതയായി സ്വീകരിച്ച ജനപഥങ്ങളിൽ നിന്ന് കൊടുങ്ങല്ലൂരിലേക്കു പോലും കാവു തീണ്ടാൻ ചെല്ലേണ്ടതില്ല എന്നാണ് വിശ്വാസം. കൊടിക്കുന്നത്ത് ഭഗവതിയുടെ അനിയത്തിയായേ കൊടുങ്ങല്ലൂരമ്മയ്ക്ക് സ്ഥാനമുള്ളൂ എന്നും വിശ്വസിക്കുന്നവരുണ്ട്. വിശ്വാസത്തിന് ചുവപ്പിന്റെ തീഷ്ണതയാണ്. മഞ്ഞളിന്റെ ഗന്ധമാണ്. കാൽച്ചിലമ്പിന്റെ ഒച്ചയാണ്.

ക്രൂരയാണു കുപിതയാണ്
ഞങ്ങളുടെ ദേവി.
ചോരകൊണ്ടു തെച്ചിമലർ-
മാലയിടും ദേവി.

എന്ന് ഇടശ്ശേരി കാവിലെപ്പാട്ടിൽ എഴുതിയത് ഈ രൗദ്രതയത്രയും ഉൾക്കൊണ്ടുകൊണ്ടാണ്. മകരം പിറക്കുന്നതോടെ ഭഗവതിക്കാവുകൾ ഉണരുകയായി. അരയാലിലകളെ വിറകൊള്ളിക്കുന്ന മകരത്തണുപ്പിലൂടെ ഉശിരൻ കതിനവെടിയൊച്ചകൾ വയലുകളും കുന്നുകളും താണ്ടിച്ചെന്ന് ഗ്രാമങ്ങളെ ഉണർത്തുന്നു. പിന്നെ പൊരി-വെയിലിലെ പകൽപ്പൂരത്തിലേക്ക് നാട്ടുവഴികളിലൂടെ നിറങ്ങളുടെയും ചെണ്ടമേളങ്ങളു

ടെയും ആർപ്പുവിളികളുടെയും ഘോഷയാത്രകൾ. ആർപ്പുവിളികൾക്ക് കള്ളിന്റെയും ചാരായത്തിന്റെയും ഗന്ധമാവും.

അലറിപൂത്തുകാവുകളിൽ
കുരുതിയൂത്തപോലെ
പകലറുതിപ്പരൽനിരകൾ
കോൽത്തിരികൾ പോലെ
സമയമായി സമയമായി
തേരിറങ്ങുകംബേ
സകലലോകപാലനൈക
സമയമതാലംബേ!
(ഇടശ്ശേരി - കാവിലെ പാട്ട്)

കാളീക്ഷേത്രങ്ങളുമായി ബന്ധപ്പെട്ട എന്റെ ആദ്യത്തെ ഓർമ്മകൾ ഏറനാട്ടിലേതാണ്. ഇരുമ്പുഴി വടക്കുമുറിയിലെ കാക്കരകാളിയായിരുന്നു ഞങ്ങളുടെ പരദേവത. ഇതിനുപുറമെ കുന്നത്ത്വാർക്കും, മുള്ളൻപാറയിലെ കരിങ്കാളിക്കും വഴിപാടുകൾ നേർന്നിരുന്നു.

ചോരയുടെയും മഞ്ഞളിന്റെയും ഗന്ധമായിരുന്നു കാക്കരകാളിയമ്മയ്ക്ക്. പകൽതാലപ്പൊലി സന്ധ്യ-നേരത്തെ ബലിയിൽ അവസാനിച്ചിരുന്നത് ഓർമ്മയുണ്ട്.

ദേവിക്ക് ആടുകളെയും കോഴികളെയും ബലിയർപ്പിച്ചിരുന്നു. വയൽക്കരയിലെ ചെറിയ ക്ഷേത്രമാണത്. വർഷങ്ങളുടെ മാറ്റമൊന്നും ഇന്നു ക്ഷേത്രത്തിനു സംഭവിച്ചിട്ടില്ല. പ്രദക്ഷിണവഴിയുടെ വടക്കു കിഴക്കേമൂലയിൽ ചെറിയൊരു ബലിക്കല്ലുണ്ടായിരുന്നു. അവിടെയാണ് ആടിന്റെയും കോഴിയുടെയും രക്തം ചീറ്റിത്തെറിക്കുക. ക്ഷേത്രത്തിലേക്കു വഴിപാടു നേരുന്ന ആടുകളെ വെളിച്ചപ്പാടിനൊപ്പം ക്ഷേത്രത്തെ വലംവെപ്പിക്കും. ഇത്തരം ക്ഷേത്രങ്ങളിലെ വെളിച്ചപ്പാടുകൾക്ക് വീറ് കൂടും. പട്ടുടുക്കുന്നതോടെ ഞരമ്പുകളിൽ മഹാരൗദ്രം നിറയും. വെളിച്ചപ്പാടുമാരുടെ മൂർദ്ധാവിൽ മുടി വളരാത്ത വ്രണപ്പാട് ബലിദിനങ്ങളിലേക്കായി കാത്തുവച്ചിരിക്കും. ഒരിടത്തുതന്നെയാണ് വീണ്ടും വീണ്ടും വെട്ടുക. തറവാട്ടിലെ പാലുംവെള്ളരിക്കും വേണ്ടി കോമരങ്ങൾ വന്നിരുന്നു. പാലുംവെള്ളരിയും മച്ചിലെ പരദൈവങ്ങൾക്കുള്ള വഴിപാടാണ്. കോമരത്തിന്റെ ചോര ചുവക്കുന്ന കല്പനകൾക്കായി തറവാട്ടിലുള്ളവർ ശ്വാസം പിടിച്ച് നിൽക്കും. ചില കോമരങ്ങൾ വല്ലാതെ ചോരയൊലിപ്പിക്കും. പ്ലാവിന്റെ കാതൽ കൊണ്ടുള്ള കനൽക്കൂമ്പാരം മുറ്റത്ത് ഒരുക്കിയിരിക്കും. മൂർദ്ധാവിലെ ചോര കവിളിലേക്കൊഴുകുന്ന രൗദ്രത്തോടെ 'ഹിയ്യേ'എന്നലറി കനലുകൾ ചവുട്ടി ഭസ്മമാക്കും കോമരങ്ങൾ, മുറിവുകളൊക്കെ മഞ്ഞൾപ്പൊടിയിട്ടാണ് കോമരങ്ങൾ ഉണക്കിയിരുന്നത്.

കാക്കരക്കാളിയിലെ ക്ഷേത്രത്തിൽ നിന്ന് ബ്രാഹ്മണ്യത്തെ അകറ്റി നിർത്തിയിരുന്നു. പൂജാരി ബ്രാഹ്മണനായിരുന്നില്ല. ബലി നൽകിയിരുന്ന രാമൻകുട്ടിയെക്കുറിച്ചുള്ള ഓർമ്മ ഇപ്പോഴും തീക്ഷ്ണമാണ്. ബലിദാന നേരത്ത് അയാൾ മറ്റാരോ ആവുന്നു. ഏഴോ എട്ടോ ആടുകളെ, നൂറോളം കോഴികളെ ഒക്കെ ബലി നൽകിയിരുന്നത് ഓർമ്മയുണ്ട്. രാമൻകുട്ടിയുടെ കറുത്ത ദേഹത്ത് ബലിച്ചോര തെറിച്ചുവീണിരിക്കും. അയാളുടെ തോർത്തുമുണ്ടിന് ചോരനിറമായിരിക്കും. കഴുത്തറ്റു പിടയുന്ന കോഴികളുടെ ചോര തെറിച്ച പുൽപ്പരപ്പുകൾ അന്നേരം തെച്ചിപൂത്ത വേലിപ്പടർപ്പു പോലെ. ചോര കുടിച്ച് ദേവിയുടെ ദാഹം തീർന്നുവെന്ന് കോമരം കലി തുള്ളിപ്പറഞ്ഞ് ശാന്തനാവും.

ഇടശ്ശേരി പാടുന്നു:

ദുരിതവൃത്തരുധിരസിക്ത
കുടിലഖഡ്ഗമോടെ
കലികയറിക്കമ്പിതയാ-
യംബക്കിക നീ നിന്നു.

പതിനൊന്നാം വയസ്സിലാണ് അച്ഛനോടൊപ്പം താമസിക്കാനായി

പാപ്പിനിപ്പാറ വിട്ട് പൊന്നാനി താലൂക്കിലെ വട്ടംകുളത്തേക്ക് വരുന്നത്.

ഭഗവതി ക്ഷേത്രത്തിലെ താലപ്പൊലിക്ക് വേലയെന്നാണ് ഇവിടെ പറയുക. വേലകൾ താലപ്പൊലിയിൽ നിന്ന് വ്യത്യസ്തമായിരുന്നു. മകര ക്കൊയ്ത്ത് കഴിയുന്നതോടെ ഭഗവതിക്കാവുകൾ ഉണരുകയായി. വിശാല മായ വയലുകളുടെ കരയിലായിരുന്നു കാവുകളെല്ലാം. പത്ത് കിലോമീറ്റർ ചുറ്റളവിൽ എത്രയോ വേലകൾ. ചെറുതും വലുതുമായ ഭഗവതിക്കാവു കളാണവ.

ബ്രാഹ്മണ്യത്തെ ദൂരെനിർത്തുന്ന കാവുകളുണ്ട്. കീഴ്ജാതിക്കാർ തന്നെയാവും പൂജാരിമാർ. ബ്രാഹ്മണ പൂജാരികളുള്ള കാവുകളുമുണ്ട്. വെടിക്കെട്ടാണ് വേലകളുടെ പ്രശസ്തി വർദ്ധിപ്പിക്കുക. മധ്യകേരളത്തി ലെ വെടിമരുന്ന് പ്രയോഗത്തിൽ അലങ്കാരവർണങ്ങളെക്കാൾ ശബ്ദ ത്തിനു തന്നെയാണ് പ്രാധാന്യം. പഴയ പൊന്നാനി താലൂക്കിലെ പ്രധാന വേലകൾ മകരത്തിലാണ് നടക്കുക. ചിലത് കുംഭം മീനമാസങ്ങളിലേക്ക് നീളും.

മൂക്കുതല കണ്ണേങ്കാവ്

കുളങ്കര ഭഗവതി

പോട്ടൂര് ഭഗവതി.... കല്ലടത്തൂര് ഭഗവതി.

ആലൂര് ചാമുണ്ഡി... പ്രധാന ക്ഷേത്രോത്സവങ്ങളുടെ നിര ഇങ്ങനെ, വള്ളുവനാട്ടിലേക്ക് പോകുന്തോറും ക്ഷേത്രപ്പെരുമകൾ കൂടിക്കൂടി വരും.

മേൽപ്പറഞ്ഞ ക്ഷേത്രോത്സവങ്ങളൊക്കെയും മത്സ്യഭോജനത്തിന്റെ ഉത്സവം കൂടിയാണ്. ഉത്സവത്തിന് മത്സ്യം വാങ്ങാത്ത വീടുകൾ ബ്രാഹ്മ ണരുടെയോ അമ്പലവാസികളുടെയോ മാത്രമായിരിക്കും. സ്രാവ് എന്ന മീനാണ് മുഖ്യ വ്യാപാരം. ദൂരദൂരങ്ങളിൽ നിന്ന് സ്രാവുകളെ വേലക്കള ത്തിലെത്തിക്കാൻ കച്ചവടക്കാർ ശ്രദ്ധിക്കും. ഉത്സവത്തലേന്ന് രാത്രി തന്നെ മത്സ്യവിപണി ആരംഭിക്കും. വേല ദിവസം പത്ത് മണിവരെ നീളും.

പുലർകാല വിപണിക്ക് പതിരുവാണിഭമെന്നാണ് പേര്. എന്റെ കുട്ടിക്കാലത്ത് പതിരുവാണിഭം സജീവമായിരുന്നു. പതിരുവാണിഭ ത്തിന്റെ നേതൃത്വം പൊന്നാനിയിൽ നിന്നും വരുന്ന മത്സ്യത്തൊഴിലാളി കളായ മുസ്ലീം സ്ത്രീകൾക്കായിരുന്നു. പൂശലാത്തികൾ എന്നാണ് അവരെ വിളിക്കുക. തീരദേശത്തെ അരയന്മാർ ഇസ്ലാംമതത്തിലേക്കു വന്നപ്പോൾ പുതുഇസ്ലാം എന്ന് വിളിക്കപ്പെട്ടത് ലോപിച്ചുണ്ടായതാണ് പൂശലാൻ.

പൂശലാത്തികൾ ഉണക്കമത്സ്യവുമായി കാളവണ്ടികളിൽ പൂരക്കള

ത്തിലെത്തും. കൈമാറ്റത്തിലൂടെ പകരം കൊണ്ടു പോകുന്നത് നെൽപ്പതിരും. പതിരെന്ന് പേരേയുള്ളൂ. നല്ല ഉണക്കമീൻ പകരം കിട്ടണമെങ്കിൽ വല്ലങ്ങളിൽ പതിരിനെക്കാൾ നെല്ലുണ്ടാവണം. പതിരിലെ ഉമികളഞ്ഞ് കറുതല (കറുത്ത അരി) വേർതിരിച്ചത് ചുട്ടെടുത്ത മുള്ളൻ മീനിൽ ചേർത്തിടിച്ച് കടലിലേക്കു പോകുമ്പോൾ ആഹാരമായി കൊണ്ടു പോയിരുന്നവത്രെ പൂശലാന്മാർ. പൂശലാത്തികളിൽ നിന്ന് പതിരിനു പകരം ഉണക്കമീൻ കൈമാറാൻ പോയിരുന്നതും കീഴാള വിഭാഗത്തിൽപ്പെട്ട സ്ത്രീകളാണ്. പതിരുവാണിഭം അപ്രത്യക്ഷമായെങ്കിലും പുലർമഞ്ഞിലെ വിപണി ഇപ്പോഴും വേലക്കളങ്ങളിൽ സജീവമാണ്. കാർഷിക വിഭവങ്ങളൊക്കെ അവിടെയെത്തും. വിത്തുകളും മുളയുല്പന്നങ്ങളുമായി ദൂരദേശത്തുനിന്ന് വില്പനക്കാർ വരും. ചട്ടിയും കലവുമായി കുംഭാരത്തികളുണ്ടാവും. വളവിൽക്കുന്ന ചെട്ടിച്ചികളുണ്ടാവും. നാഗരികത ഇനിയും മായ്ചുകളഞ്ഞിട്ടില്ലാത്ത ഗ്രാമ്യ ഭാവങ്ങൾ വേലക്കളത്തിൽ പ്രത്യക്ഷപ്പെടുന്നു. ഓരോ ഉല്പന്നങ്ങളുടെ വില്പനയിലും ഓരോ വിഭാഗക്കാർക്ക് മേൽക്കയ്യുണ്ട്. പൊരിയും നുറുക്കും ചെട്ടികൾക്കുള്ളതാണ്. പാലക്കാട്ടുനിന്നും വാണിയം കുളത്തുനിന്നും (ഒറ്റപ്പാലത്തിനടുത്തുള്ള വാണിയംകുളം ചെട്ടികളുടെ പ്രദേശമാണ് പണ്ടെങ്ങോ തമിഴ്നാട്ടിൽ നിന്ന് വണിക്കുകളായി വന്ന് ഇവിടെ സ്ഥിരവാസികളായവർ. വീട്ടിൽ അവർ തമിഴ് സംസാരിക്കുന്നു. അവരുടേതായ സവിശേഷ ആചാരങ്ങൾ

നിലനിർത്തുന്നു. അരിപ്പൊടികൊണ്ട് കോലമെഴുതിയ മുറ്റങ്ങൾ ഇപ്പോഴും വാണിയം കുളത്തുണ്ട്.) വരുന്ന ചെട്ടികൾക്കാണ് പൊരിക്കച്ചവടത്തിന്റെയും നുറുക്ക് കച്ചവടത്തിന്റെയും നേതൃത്വം. പനംചക്കരകൊണ്ടു വരുന്നതും പാലക്കാട്ടുനിന്നാണ്. ഹലുവയും ജിലേബിയും ആറാം നമ്പരും (ഇത് മധ്യകേരളത്തിന്റെ മധുരമാണ്. മൈദയും ശർക്കരയും പഞ്ചസാരയും ചേർത്തുണ്ടാക്കിയ പലഹാരം) മുസ്ലീങ്ങൾക്ക് ആധിപത്യമുള്ള കച്ചവടമാണ്. വട്ടംകുളത്ത് ആറാം നമ്പറുണ്ടാക്കുന്ന മുസ്ലീങ്ങളുടെ കുടിൽ വ്യവസായ കേന്ദ്രങ്ങളുണ്ട്. മുസൽമാന്മാരുടെ പണ്ടുകാലത്തെ മുഖ്യതൊഴിൽ അതായിരുന്നു. ഒരു വർഷത്തേക്ക് ജീവിക്കാനുള്ള വക വേലക്കളത്തിൽ നിന്ന് കണ്ടെത്തണം. വട്ടംകുളത്തെ ബേക്കറിക്കാർ സീസൺ കഴിഞ്ഞാൽ ദൂരെ ദൂരേക്ക് യാത്രചെയ്തിരുന്നു. വയനാടൻ ജീവിതം അങ്ങനെയാണ് അവർക്ക് പരിചിതമായത്. ഗൾഫ് തരംഗം അത്തരം യാത്രകളെ അവസാനിപ്പിച്ചിരിക്കുന്നു. എന്നാൽ പൂരവാണിഭത്തിൽ അവരുടെ നിറഞ്ഞ സാന്നിധ്യം ഇപ്പോഴുമുണ്ട്. പൂരാഘോഷങ്ങളൊക്കെയും പ്രാദേശിക സംസ്കൃതിയുടെ രസാവഹമായ കലർപ്പുകളാണ്. ഭഗവതിക്കാവിലെ ഉത്സവത്തിനായി മുസൽമാനും കാത്തിരിക്കുന്നു. പൂരാഘോഷത്തിന്റെ സെക്യുലർ പരിസരത്തിലേക്ക് വർഗ്ഗീയതയുടെ വിത്തുപാകാൻ ഇപ്പോഴും തട്ടകത്തുകാർ അനുവദിക്കുന്നില്ല. ഓണത്തിലേക്കുപോലും വർഗ്ഗീയവിഷം കലക്കിയൊഴിക്കുന്ന ഹീന ജന്മങ്ങൾക്ക് ഗോത്രബോധത്തിനകത്തെ ആഴമേറിയ സ്നേഹം തിരിച്ചറിയാൻ പറ്റാത്തതിൽ അത്ഭുതപ്പെടുകയും വേണ്ട.

കൊയ്ത്തുകഴിഞ്ഞ വയലുകളിൽ പടർന്നു നിൽക്കുന്ന പുലർമഞ്ഞിലൂടെ മത്സ്യവില്പനക്കാരുടെ ആർപ്പുവിളികൾ ഉയരാൻ തുടങ്ങുന്നു. വയലിന്റെ നടുക്ക് നാട്ടിയ മുളയഴികളിൽ ചോരയിറ്റുന്ന മാംസം തൂക്കിയിട്ടിരിക്കും. നേരം പരപരാ വെളുക്കുമ്പോൾ തൂങ്ങിക്കിടക്കുന്ന മാംസത്തിൽ വെയിലു തട്ടുമ്പോഴുള്ള കാഴ്ച പേടിപ്പിക്കുന്നതാണ്. പുലർമഞ്ഞിലെ വിപണിയിലൂടെ നടന്നുപോകുമ്പോൾ നാഗരികർ അവരുടെ ആദിമമായ ഗോത്രബോധത്തെ തിരിച്ചുപിടിക്കുകയാണ്. നഗരത്തിലെ വലിയ ബേക്കറികളിൽ നിന്ന് ഇറങ്ങിനടന്ന് പൂരപ്പറമ്പിലേക്കുള്ള നാട്ടുവഴിയിലെ ആൾക്കൂട്ടത്തിൽ ലയിച്ച് പൊടിപാറുന്ന വയൽക്കരയിലെ വില്പനശാലകളിൽ നിന്ന് പലഹാരങ്ങൾ മേടിക്കുമ്പോൾ ഒത്തിരി ഓർമ്മകളുടെ മാധുര്യമാണ് നാവിൽ തൊടുന്നത്.

കൂത്ത് കൂറയിടുകയെന്നാൽ ക്ഷേത്രത്തിലെ ഉത്സവത്തിന് കൊടിയേറ്റുക എന്നാണർത്ഥം. ഭഗവതിക്കാവുകളുടെ പരിസരമൊക്കെ

ചെത്തിക്കോരി വൃത്തിയാക്കി താൽക്കാലിക കൊടിമരങ്ങൾ നാട്ടും. കമുകുകൊണ്ടാണ് അതുണ്ടാക്കുക. അതിനുമേൽ പല വർണ്ണത്തിലുള്ള തുണികൾകൊണ്ട് തീർത്ത കൊടിക്കൂറയും. വെളിച്ചപ്പാടിനായിരുന്നു നേതൃത്വം.

കുളങ്കര ഭഗവതിക്ഷേത്രം നന്നേ ചെറിയ ദേവാലയമായിരുന്ന കാലം ഓർമ്മയുണ്ട്. ക്ഷേത്രത്തിനുപിന്നിൽ കുങ്കുമ മരമുണ്ടായിരുന്നു. (അലറി മരം)

ശുകപുരം മഹാക്ഷേത്രത്തിന്റെ ചുറ്റുമതിലിനു പുറത്തായിരുന്നു കുളങ്കര ഭഗവതിക്ഷേത്രം. ശുകപുരവും പന്നിയൂരും ബ്രാഹ്മണമഹാക്ഷേത്രങ്ങളായിരുന്നു. ആ പ്രതാപത്തിന്റെ അവശിഷ്ടങ്ങൾ രണ്ട് ക്ഷേത്രങ്ങളിലുമുണ്ട്. പന്നിയൂർ ഗ്രാമക്കാരും ശുകപുരം ഗ്രാമക്കാരും തമ്മിൽ പുരാതനമായൊരു വൈരം നിലനിന്നിരുന്നു. ബ്രാഹ്മണർ തമ്മിലുള്ള വൈരം പകനിറഞ്ഞ പ്രതികരണങ്ങളായി മാറിയിട്ടുണ്ട്. എന്നാൽ രണ്ട് മഹാക്ഷേത്രങ്ങളിലും കീഴാള ജനതയ്ക്ക് പ്രവേശനം നിഷേധിക്കപ്പെട്ട കാലഘട്ടത്തിലാണ് ഭഗവതിക്കാവുകളിലെ ദേവിയുടെ രൗദ്രം കീഴാളർക്ക് കാരുണ്യത്തിന്റെ സാന്ത്വനമാകുന്നത്. ഈ മഹാക്ഷേത്രങ്ങളുടെ ചുറ്റുമായി എത്രയോ ഭഗവതിക്കാവുകളുണ്ടായി. ശുകപുരത്തെ പ്രതിഷ്ഠ ദക്ഷിണാമൂർത്തിയായിരുന്നു. പന്നിയൂരിൽ വരാഹമൂർത്തിയും. ശുകപുരം ഗ്രാമത്തെക്കുറിച്ച് അച്ചീചരിതത്തിൽ പരാമർശവുമുണ്ട്. ഈ മഹാക്ഷേത്രത്തിനു ചുറ്റും പുരാതനകാലത്ത് ദേവദാസിഗൃഹങ്ങളും ഉണ്ടായിരുന്നിരിക്കണം. എന്റെ കുട്ടിക്കാലത്ത് കീഴാളർക്കും സ്ത്രീകൾക്കും ക്ഷേത്രത്തിലേക്ക് പ്രവേശനമില്ലായിരുന്നു. അവരൊക്കെ മഹാക്ഷേത്രത്തിന്റെ പുറത്തുകൂടി വലംവെച്ച് കുളങ്കരയമ്മയുടെ മുമ്പിലെത്തി നമസ്കരിക്കും.

വേലയ്ക്ക് കൊടി കയറ്റിയാൽ കുളങ്കരപ്പാനയ്ക്കാണ് കൊടിമരം പറിക്കുക. പുലർച്ചെ കൊടിമരത്തിനു താഴെ കുരുതി തർപ്പണം ചെയ്ത് ആ കുരുതിവെള്ളത്തിൽ മണ്ണിഴുകുമ്പോൾ കൊടിമരം പറിച്ചെടുക്കും.

പൂരത്തിന് കൊടികയറ്റിയാൽ നാട്ടുവഴികളിൽ പറച്ചെണ്ടയുടെയും കുറുങ്കുഴലിന്റെയും ഒച്ച ഉയരാൻ തുടങ്ങും. പൂതത്തിന്റെയും തിറയുടെയും മൂക്കൻചാത്തന്റേയും യാത്രകൾ ആരംഭിക്കുകയായി. ഒഴിവുദിനങ്ങളിൽ കുട്ടികളും അവരെ അനുഗമിക്കും. ജാതീയവും ഗോത്രപരവുമായ വൈവിധ്യങ്ങൾ സൂക്ഷ്മമായി പിന്തുടരുന്നു ആ അനുഷ്ഠാനകലാരൂപങ്ങൾ. പറയർക്കും മണ്ണാന്മാർക്കുമാണ് അനുഷ്ഠാനകലകളിൽ ആധിപത്യം. മണ്ണാന്മാരുടേത് പൂതനും തിറയുമാണ്. പൂതത്തിന് അലങ്കാരഭംഗി

കൾ കൂടും. പൂതത്തിന് മുഖംമൂടിയുണ്ടാവും. തിറനൃത്തം പുരുഷകായ ബലത്തിന്റെ നടനമാണ്. ഭഗവതിരൂപമുള്ള വലിയ കിരീടമാണ് തിറയുടേത്. കിരീടത്തിൽ നിന്ന് രണ്ടുഭാഗത്തും മുണ്ടുകൊണ്ടുള്ള ഞാത്തുകൾ ഉണ്ടാവും. ഇരുകൈകൾ കൊണ്ടും ആ ഞാത്ത് വലിച്ചുപിടിച്ചാണ് കിരീടത്തിന്റെ ബാലൻസ് നിലനിർത്തി തിറ ചുവടുവെയ്ക്കുക. പല വർണ്ണത്തിലുള്ള പട്ടുകൾ കൊണ്ട് തീർത്ത മുട്ടോളമെത്തുന്ന പാവാട മാത്രമേ തിറകെട്ടുന്ന പുരുഷൻ അണിയൂ. ബാക്കിയൊക്കെയും നഗ്നം. കരുത്തനായ പുരുഷന്റെ ശരീരവടിവുകളാണ് തിറയെ ആകർഷകമാക്കുക. ചെറിയതോതിൽ മുഖത്തെഴുത്തുണ്ടാകും. കാലിൽ ചിലമ്പണിഞ്ഞിരിക്കും. തിറനൃത്തത്തിന് ചടുലതയും രൗദ്രഭാവവും മാത്രമേയുള്ളൂ.

പറയരുടെ തിറ വ്യത്യസ്തമാണ്. ചെറിയ കിരീടമുണ്ടാകും. ആടയാഭരണങ്ങൾ കൂടും. അണിയലമെന്നാണ് പറയുക. തിറയ്ക്ക് ഭഗവതിരൂപം നൽകാൻ മാർത്താലിയും ഓട്ടുമുലകളും അണിയും. തേറ്റയ്ക്കു പകരം മീശപോലെ ഏറുകൂട്ടം. ഇത് പിത്തളകൊണ്ട് തീർത്തതാണ്. അരമണിയും ചിലമ്പുമുണ്ടാവും. മണ്ണാത്തിറപോലെ പറയത്തിറയുടെ നൃത്തം ശരീരവടിവുകളെ ചടുലമായി പ്രദർശിപ്പിക്കുന്നതല്ല. പറയത്തിറയ്ക്കൊപ്പം മൂക്കൻ ചാത്തനുമുണ്ടാവും. നീണ്ട മൂക്ക് ചിരിയുണർത്തുമെങ്കിലും അത് ഹാസ്യപ്രധാനമായ അനുഷ്ഠാനരൂപമല്ല.

വേലദിവസം പറയരുടെ കരിങ്കാളിവേഷങ്ങൾ ദേവിയെ കാണാനെത്തും. കരിങ്കാളിയുടെ അണിയലങ്ങൾ തിറയുടെതുപോലെ തന്നെ. മേലാസകലം കരി പുരട്ടിയിരിക്കും. കിരീടവും വ്യത്യസ്തമാണ്. കരിങ്കാളിവരുമ്പോൾ മുമ്പിൽ കോമരവും കൊടിക്കൂറയുമുണ്ടാവും. ബലിക്കുള്ള കോഴി വായുവിൽ ചിറകിട്ടടിക്കുന്നുണ്ടാവും. പണ്ടുകാലത്ത് കോഴിയെ ക്ഷേത്രത്തിൽ ബലിനൽകിയിരുന്നു. ഇപ്പോഴില്ല.

പല ഭഗവതിക്കാവുകളിലും മേൽജാതിക്കാർക്ക് ആധിപത്യമുണ്ടായിരുന്ന കാലത്ത് കീഴാളജനവിഭാഗങ്ങൾക്ക് ക്ഷേത്രത്തിനകത്തേക്ക് പ്രവേശനം നിഷേധിക്കപ്പെട്ടിരുന്നു. അതിനാൽ കീഴാളർ ക്ഷേത്രത്തിൽ നിന്ന് എത്രയോ ദൂരെ മറ്റൊരു ക്ഷേത്രമുണ്ടാക്കും. അതാണ് മുല്ലപ്പന്തൽ. കുരുത്തോല ഞാഴ്ത്തിയിട്ട ചെറിയൊരു ചതുരമണ്ഡപം. മണ്ഡപത്തിനു നടുവിൽ പട്ടുവിരിച്ച പീഠം. അതിന്മേൽ കീഴാളരുടെ ആരാധനാമൂർത്തികളുടെ ചെറുപ്രതിമകൾ. മറ്റൊരു പീഠത്തിൽ കീഴാളരുടെ കോമരവുമിരിക്കും. ക്ഷേത്രത്തിൽ മേൽജാതിക്കാർക്ക് വെളിച്ചപ്പാട് അനുഗ്രഹം നൽകുമ്പോൾ കീഴാളർ മുല്ലപ്പന്തലിൽ വന്ന് ദക്ഷിണവെച്ച് അവരുടെ കോമരത്തിന്റെ അനുഗ്രഹം തേടുന്നു. അവിടെ മറ്റൊരു

ഭദ്രകാളിത്തോറ്റം ഉയരുകയായി.

കെട്ടിയിട്ട കന്നിനോടും

വിത്തോടും, പത്തായത്തോടും

അകമേ വന്നു. പുറമെ കാത്തുകൊള്ളണം

ശ്രീകുറുമ്പകണ്ടേൻകാളി നമയോടും സമസ്തഹരി. ജാതീയമായ തൊട്ടുകൂടായ്മ മാറിക്കഴിഞ്ഞിട്ടും അനുഷ്ഠാനങ്ങളൊക്കെ അതുപോലെ തന്നെ. ഗോത്രപരമായ പു:നരുത്ഥാനങ്ങളുടെ കാലഘട്ടത്തിൽ അനുഷ്ഠാനവേഷങ്ങൾ കെട്ടാൻ വിദ്യാസമ്പന്നരും ചെറുപ്പക്കാരും രംഗത്തുവരുന്നു.

വീണ്ടും രൗദ്രനടനത്തിന്റെയും സംഗീതത്തിന്റെയും വസന്തകാലം വരുന്നു.

മുല്ലപ്പന്തലിൽ നിന്ന് ഉയരുന്ന കുറുങ്കുഴലിന്റെ ഒച്ച ആഴമേറിയ കരച്ചിലാണ്. കുറുങ്കുഴലിന്റെ അഞ്ച് സുഷിരങ്ങളിലൂടെ കീഴാളന്റെ നെഞ്ചു കീറി വരുന്ന കരച്ചിൽ...

കീഴാളർക്ക് വേണ്ടി പുരാണകഥകൾ പറയാനാണ് തോൽപ്പാവ കൂത്തുകാർ വരുന്നത്. ഭഗവതി ക്ഷേത്രങ്ങളിലൊക്കെ കൂത്തമ്പലമുണ്ടായിരുന്നു. കൂത്തമ്പലത്തിനു മുമ്പിൽ തിരശ്ശീലയിട്ട് അതിനു പിന്നിൽ തോൽപ്പാവകളെ ചരടിൽത്തൂക്കി വെളിച്ചത്തിന്റെ വീചികളെ തോൽപ്പാവകളുടെ സുഷിരങ്ങളിലൂടെ കടത്തിവിട്ട് ജീവസ്സുറ്റ നിഴലുകളെ പുരാണകഥാപാത്രങ്ങളാക്കി മാറ്റി പുലവർ കഥ പറയും. രാത്രി ഏറെച്ചെന്നാണ് കൂത്ത് തുടങ്ങുക. ചുരുട്ടിയ പായയുമായി കീഴാളർ കൂത്തമ്പലത്തിനു മുമ്പിലെത്തും. മേൽജാതിക്കാർക്ക് കഥകളി പോലെയായിരുന്നു കീഴാളർക്ക് പാവക്കൂത്ത്. കുട്ടികൾ കഥകേട്ട് ഉറങ്ങും. കൂത്ത് പുലരുവോളം നീളും. ഇപ്പോൾ കൂത്ത് ആസ്വാദകരെ ആകർഷിക്കാത്ത കലയായി മാറിയിരിക്കുന്നു. കൂത്തമ്പലവും വേണ്ടാതാവുന്നു.

കുളങ്കരയിൽ കൂത്ത് നടത്താൻ വരുന്ന സംഘം കഥയിൽ ചില പരീക്ഷണങ്ങൾക്ക് ഒരുങ്ങുകയാണ്. കുറിയേടത്തു താത്രിയിലൂടെ ശ്രദ്ധേയനായ നോവലിസ്റ്റ് നന്ദൻ, ഗാന്ധിയുടെ ജീവചരിത്രം കൂത്തിനായി ചിട്ടപ്പെടുത്തിയിട്ടുണ്ട്. ഗാന്ധിക്കൂത്തെന്ന പേരുമിട്ടു. വേദങ്ങളും പുരാണങ്ങളും തിരിച്ചുവരികയും ഗാന്ധിജി നിരന്തരമായി ചവുട്ടിത്താഴ്ത്തപ്പെടുകയും ചെയ്യുന്ന കാലഘട്ടത്തിൽ ഗാന്ധിക്കൂത്ത് കാണാൻ ആരാണുണ്ടാവുകയെന്നറിയില്ല.

തോൽപ്പാവക്കൂത്ത് കാണാൻ ഇപ്പോൾ ആളെ കിട്ടണമെങ്കിൽ സദ്ദാംഹുസൈന്റെ ജീവചരിത്രം തന്നെ പറയേണ്ടിവരും. നിഴൽ രൂപങ്ങളെ സൃഷ്ടിക്കുന്ന വെളിച്ചം ടൈഗ്രിസ് നദിയാവേണ്ടിവരും. തിര

കളൊക്കെ കൂടുതൽക്കൂടുതൽ രൗദ്രമാകേണ്ട കാലഘട്ടത്തിലാണ് നമ്മൾ ജീവിക്കുന്നത്.

കാവിലെപ്പാട്ടിനകത്തുനിന്ന് ഇടശ്ശേരി... പിന്നെയും മുഴങ്ങുകയാണ്.

എതിരുനിന്ന കശ്മലരെ
നീയരിഞ്ഞുതള്ളി
പതിരുപോലെ പാഞ്ഞവരിൽ
മാരിവിത്തും വീഴ്ത്തി
തെക്കു തെക്കൊരൂരിൽ നിന്നു
വന്നുവത്രെ ദേവി
തെച്ചിമലർ പൂത്തലറും
വേനലാളും നാളിൽ

താലപ്പൊലി നാളിൽ തട്ടകത്തുകാർ വെയിലിനെ മറക്കുന്നു. പൊരിവെയിലിൽ പറച്ചെണ്ട ഇടശ്ശേരിക്കവിതയ്ക്ക് താളമിടുന്നു.

ഒരു വിഷുക്കാലത്തിന്റെ
ഓർമ്മകളിൽ

പള്ളിയാലിലേക്ക് ചാഞ്ഞുനിൽക്കുന്ന കൊന്നമരം ഗ്രീഷ്മ വെയിലിനെ മുഴുവൻ അകത്തേക്ക് സഹിച്ച് ആ സഹനം മുഴുവൻ ഇല പൊഴിഞ്ഞ ചില്ലകളിൽ മഞ്ഞപ്പൂക്കളാക്കി ചിരിക്കുമ്പോൾ വിഷുവിന്റെ അറിയിപ്പ് കിട്ടുകയായി. കൊന്നപൂക്കും മുമ്പ് വിഷുപ്പക്ഷിയും വരും. ചക്കയ്ക്കുപ്പുണ്ടോ കുയിലാണത്. (വിത്തും കയ്ക്കോട്ടും എന്നാണ് ആ കുയിൽ പറഞ്ഞുകൊണ്ടിരിക്കുന്നതെന്നും, കൃഷിക്കാലത്തിന്റെ അറിയിപ്പാണെന്നും മറ്റൊരു ഭാഷ്യം)

വരണ്ട പ്രദേശങ്ങളിൽ പൂത്തുനിൽക്കുന്ന കൊന്ന ഇന്നുമെന്റെ അത്ഭുതമാണ്. ശരിക്കും വെയിൽപ്പൂവാണത്. ഇതളുകളൊക്കെ ഇത്രയ്ക്ക് സൗമ്യമായിട്ടും വെയിലേറ്റ് വാടുകയില്ല. വെയിലാണ് കൊന്നയെ ജ്വലിപ്പിക്കുന്നത്. കൊന്നപ്പൂക്കൾ മഴയെ അതിജീവിക്കുകയുമില്ല. വേനലിലെ ആദ്യമഴയൊന്ന് നനഞ്ഞാൽ മതി മഞ്ഞ വസ്ത്രം അതുപേക്ഷിക്കും. പിന്നെ അടുത്ത വേനലിനേ കൊന്നക്കതു വേണ്ടൂ. ഒളോർമാങ്ങ പഴുപ്പിക്കാൻ വെക്കുന്ന കുട്ടയിൽ കൊന്നയില യിട്ടാൽ പഴുത്ത മാങ്ങയ്ക്ക് സ്വർണ്ണനിറം കിട്ടുമെന്ന വിശ്വാസവും ഞങ്ങൾക്കുണ്ടായിരുന്നു.

കൊന്ന പൂത്തു തുടങ്ങുമ്പോഴേക്കും കോണിക്കല്ലിങ്ങലെ ശിവ രാമൻ നായരുടെ പീടികയിൽ പോയ വർഷത്തെ പടക്കങ്ങൾ വെയില ത്തുണക്കാനായി പുറത്തെടുക്കും. പടക്കങ്ങളുടെ ഒച്ച എവിടെ നിന്നെ ങ്കിലും കേട്ടുതുടങ്ങിയാൽ പിന്നെ വേനൽപ്പരീക്ഷയ്ക്ക് പഠിക്കാനും പൊറുതി കിട്ടില്ല.

പരീക്ഷകളും അത്ര പ്രാധാന്യമായിരുന്നില്ല ഞങ്ങൾക്ക്. ഇന്നത്തെ പരീക്ഷാച്ചൂടും കുട്ടികൾ അനുഭവിക്കുന്ന മാനസിക സംഘർഷവും ഞങ്ങ ൾക്ക് അപരിചിതമായിരുന്നു. പഠിച്ചു മിടുക്കരായി ജയിച്ചു ചെല്ലേണ്ട ഒരു ലോകം ആരും സ്വപ്നം കാണാൻ പ്രേരിപ്പിച്ചിട്ടില്ല. എരുമകളെ വളർത്തി, പുലർച്ചെ പാപ്പിനിപ്പാറയിൽ നിന്ന് നാലഞ്ച് കിലോമീറ്റർ നടന്ന് മഞ്ചേരി

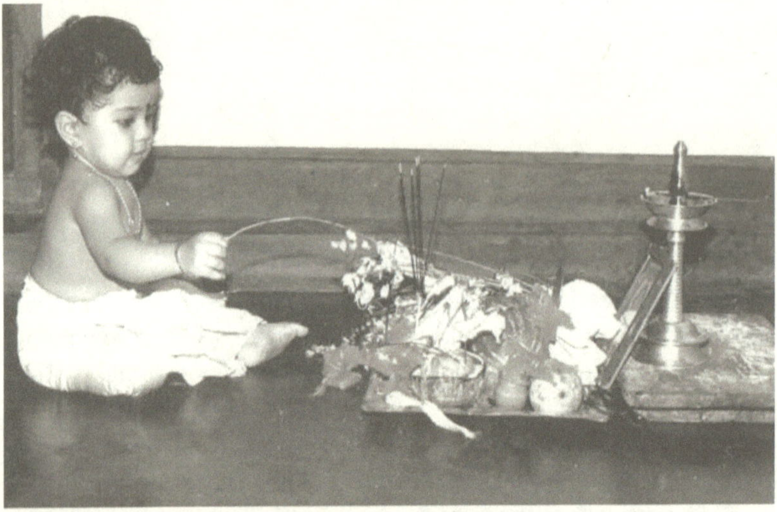

അങ്ങാടിയിൽ പാലുവിൽക്കാൻ പോകുന്ന മുഹമ്മദും, നെറ്റിയിൽ നിന്ന് കവിളിലേക്ക് ഒഴുകുന്ന ചോരയുമായി ഹിയ്യേ എന്ന് ഉറഞ്ഞു തുള്ളുന്ന വേലു കോമരവും, തെങ്ങു കയറാൻ വരുന്ന പറങ്ങോടനും കശുവണ്ടി (പറങ്കിയണ്ടി) മേടിക്കാൻ വരുന്ന അയമുട്ടിയും ഒക്കെ റോൾ മോഡലായ കാലത്ത് പഠനവും പരീക്ഷയും അത്ര പ്രാധാന്യമുള്ളതായി തോന്നാതെ പോയത് യാഥാർത്ഥ്യത്തേക്കാൾ ഭാവനയ്ക്ക് ഇടംകിട്ടിയതു കൊണ്ടായിരിക്കണം.

ഒരണ്ണാൻ കുഞ്ഞിനു വേണ്ടി കണക്കു പരീക്ഷ ഉപേക്ഷിച്ച് പരീക്ഷാഹാളിൽ നിന്ന് പുറത്തിറങ്ങിയിട്ടുണ്ട് ഞാൻ. മഞ്ചേരി ബോയ്സ് ഹൈസ്ക്കൂളിൽ അഞ്ചാംതരത്തിൽ പഠിക്കുമ്പോഴാണത്. വേനൽ ചൂട് അതിന്റെ പാരമ്യത്തിൽ എത്തിയ ദിവസമായിരുന്നു കണക്ക് പരീക്ഷ. ഏറ്റവും അവസാനത്തെ പരീക്ഷയും. ചോദ്യപ്പേപ്പർ കൈയിൽ കിട്ടി വായിച്ചു നോക്കിയിരുന്നതേയുള്ളൂ. ഞാനാണെങ്കിൽ കണക്കിൽ മണ്ടനായിരുന്നു. ചോദ്യങ്ങൾ വായിച്ചു അന്തംവിട്ടിരിക്കുമ്പോൾ പരീക്ഷാഹാളിലെ മൂലോടിനിടയിൽ നിന്ന് രണ്ട് അണ്ണാൻ കുഞ്ഞുങ്ങൾ താഴെ വീണു. രോമമൊക്കെ വളർന്നിട്ടുണ്ട്. പക്ഷെ ഓടാറായിട്ടില്ല. ആദ്യം പരീക്ഷയെഴുതിക്കഴിഞ്ഞവർക്ക് അണ്ണാൻ കുഞ്ഞുങ്ങളെ കൊണ്ടുപോകാമെന്ന് ടീച്ചർ പറഞ്ഞു.

കണക്കിലെ ചോദ്യങ്ങൾ എന്നെ ചുറ്റിവരിയുകയാണ്. അനായാസ

മായി അതിൽ നിന്ന് രക്ഷപ്പെടാൻ കഴിയുന്നുമില്ല. മേശപ്പുറത്തെ അണ്ണാൻ കുഞ്ഞ് എന്നെ മോഹിപ്പിച്ചുകൊണ്ടിരുന്നു. കണക്കുണ്ടാക്കുന്ന വിമ്മിട്ടത്തിൽ നിന്ന് രക്ഷപ്പെടാൻ അണ്ണാൻകുഞ്ഞല്ലാതെ വേറെ വഴിയില്ലെന്ന് ഞാനറിഞ്ഞു. ഉത്തരപേപ്പർ മടക്കി ടീച്ചറെ ഏൽപ്പിച്ച് ഒരണ്ണാൻ കുഞ്ഞിനെയുമെടുത്ത് ഞാൻ നടന്നു. കുറേ വാശിപിടിച്ചിട്ടാണ് അതിനെ വളർത്താൻ വീട്ടിൽ നിന്ന് അനുമതി കിട്ടിയത്. പക്ഷെ നല്ല കൂടുണ്ടാക്കാൻ കഴിഞ്ഞില്ല. അതിനാൽ അണ്ണാൻകുഞ്ഞിനെ സംരക്ഷിക്കാനും കഴിഞ്ഞില്ല. അതിനെ പൂച്ച പിടിച്ചു. അതിൽ പിന്നെ കണക്കിൽ ഞാൻ രക്ഷപ്പെട്ടിട്ടുമില്ല.

വേനൽപ്പരീക്ഷ കഴിയുന്നതോടെ വിഷുക്കാലത്തിലേക്ക് കൂപ്പുകുത്താം. വീട്ടിൽ വേറെയും ജോലികളുണ്ട്. പള്ളയാലിൽ കായ്ക്കറിക്ക് നനയ്ക്കാൻ പോണം. അത് വൈകുന്നേരമാണ്. സന്ധ്യയാവുമ്പോൾ പലചരക്ക് കടയിലേക്കും പോണം. ബാക്കി നേരത്ത് കാറോടി നടക്കാം.

വർഷത്തിൽ ഒരിക്കൽ മാത്രം കൃഷിയിറക്കുന്ന കണ്ടങ്ങളാണ് പള്ളിയാലുകൾ. വിശാലമായ പരന്ന നെൽപ്പാടങ്ങളല്ല. മറിച്ച് കുന്നിൻ താഴ്വരകളിൽ അടുക്കടുക്കായി കിടക്കുന്ന കണ്ടങ്ങളാണ്. മഴക്കാലത്ത് കുന്നിൻമുകളിൽ നിന്ന് കൊങ്ങൻ വെള്ളം കുത്തിയൊഴുകി പള്ളിയാലുകൾ നിറയും. അതിനാൽ നല്ല വളക്കൂറുണ്ടാവും മണ്ണിന്. ഭൂഗർഭജലത്തിന്റെ അളവും കൂടുതലാണ്. പള്ളിയാലിലെ കിണറുകൾ ആഴം കുറഞ്ഞവയാണ്. വേനൽക്കാലത്ത് ആ കിണറ്റിലേക്ക് കുട്ടികൾക്കു പോലും ഇറങ്ങാൻ പറ്റും. വേനലൊടുവിൽ വെള്ളം നന്നേ വറ്റുമ്പോൾ ചെറുമീനുകൾ തിളയ്ക്കുന്നത് കാണാം.

കായ്ക്കറിക്ക് നനയ്ക്കാൻ പ്രത്യേക പരിശീലനം വേണം. കൊട്ടത്തേക്കാണ്. ത്രികോണാകൃതിയിൽ മരംകൊണ്ടു ഉണ്ടാക്കിയ കൊട്ട വലിയ മുളയിൽ ഘടിപ്പിച്ചിരിക്കും. കിണറിൽ വിലങ്ങിട്ട മരപ്പാലത്തിൽ കയറി നിന്ന് തേക്കൊട്ട വെള്ളത്തിലേക്ക് താഴ്ത്തണമെങ്കിൽ നല്ല കായബലം വേണം. കായ്ക്കറിക്ക് വെള്ളം തിരിക്കുന്ന ജോലിയാണ് കുട്ടികൾക്ക്. വിഷുക്കാലമാവുമ്പോഴേക്കും പച്ചക്കറി പറിച്ചു തുടങ്ങണം. വ്യാപകമായി കായ്ക്കറി കൃഷി ചെയ്തിരുന്ന പ്രദേശമാണ് ഞങ്ങളുടേത്. മെയ്മാസത്തെ പള്ളിയാലുകൾ നരച്ച കുമ്പളങ്ങളുടേതാണ്. നരച്ച കുമ്പളങ്ങകൾ വൃദ്ധശിരസ്സുകൾ പോലെ! പച്ചക്കറി, ചന്തയിൽ വിറ്റിട്ടു വേണം വിഷു ആഘോഷിക്കാനുള്ള പണമുണ്ടാക്കാൻ. വിഷുവിന് കണി വെള്ളരിക്കയും നിർബന്ധം. പ്രത്യേക ജനുസ്സിൽപ്പെട്ട വെള്ളരിയാണത്. പഴുത്തു കഴിഞ്ഞാൽ സ്വർണ്ണനിറമാവുന്നവ.

വിഷുവിന്റെ രണ്ടാഴ്ച മുമ്പു തന്നെ പടക്കം പൊട്ടിച്ചു തുടങ്ങിയില്ലെങ്കിൽ കുട്ടിക്കാലത്തിന് പൊറുതി കിട്ടില്ലായിരന്നു. ശിവരാമൻ നായരുടെ കടയിലെ ചീനപ്പടക്കത്തോടായിരുന്നു ഞങ്ങൾക്ക് താൽപ്പര്യം. കടുംചുവുപ്പ് വർണ്ണത്തിലുള്ള ചെറിയ പടക്കങ്ങളാണവ. മുഴുത്ത ചീന മുളകിന്റെ വലിപ്പമേ കാണൂ. കൈയിലിരുന്ന് പൊട്ടിയാലും പ്രശ്നമല്ല. കോമ്പലിൽ നിന്ന് അഴിച്ചെടുത്ത് എണ്ണിത്തരും ശിവരാമൻ നായർ. പറങ്കിയണ്ടി കൊടുത്താൽ ചീനപ്പടക്കം കിട്ടും. പക്ഷെ ചോരൻ കുന്നിൽ നിന്ന് പറിച്ചു കൊണ്ടു വരുന്ന പറങ്കിയണ്ടി എടുത്തുകൂട. പറമ്പിലൊക്കെ വവ്വാലുകൾ കൊണ്ടിടുന്ന ചപ്പിയ പറങ്കിമാങ്ങയിൽ നിന്ന് ഇരിഞ്ഞെടുക്കുന്ന അണ്ടി ഞങ്ങൾ ഒളിപ്പിച്ചു വെയ്ക്കും. ഓലപ്പടക്കവും മേശപ്പൂവും വാങ്ങാൻ പക്ഷെ അത് മതിയാവില്ല.

വിഷുക്കാലത്തേക്ക് പണം സ്വരൂപിക്കാനായി ചെറിയ കച്ചവടം ചെയ്യാറുണ്ട് കുട്ടികൾ. ഞങ്ങളെയൊന്നും അതിന് അനുവദിച്ചിരുന്നില്ല. കൂട്ടുകാരിൽ പലരും അത്തരം കച്ചവടം ചെയ്യാറുണ്ട്. വഴിയരികിൽ ഓല കൊണ്ട് മറച്ച് കെട്ടുന്നതാണ് പീടിക. അവിടെ മോരും വെള്ളവും മിഠായിയും കടലയും വിൽപ്പനയ്ക്ക് വെച്ചിരിക്കും. വിൽക്കുന്നവരും വാങ്ങുന്നവരും കുട്ടികൾ തന്നെ.

വിഷുവിന്റെ രണ്ട് ദിവസം മുമ്പാണ് കുട്ടിമാമയുടെ വക പടക്കം വാങ്ങൽ. അതുപക്ഷെ ശിവരാമൻ നായരുടെ കടയിൽ നിന്നല്ല. മഞ്ചേരി അങ്ങാടിയിൽ നിന്നാണ്. പടക്കക്കടയിലേക്ക് എന്നെയും കൊണ്ടുപോകും കുട്ടിമാമ.

പടക്കക്കട ഒരു വിസ്മയലോകമായിരുന്നു. കരിമരുന്നിന്റെ മണം എത്ര ശ്വസിച്ചാലും മതി വരില്ല. വിൽപ്പനശാലയിൽ പടക്കം എടുത്തു കൊടുക്കുന്ന ആളുടെ കൈവെള്ളയിൽ വെള്ളി പൂശിയ പോലെയുണ്ടാവും.

സമൃദ്ധിയായി പടക്കം മേടിച്ചു തന്നിട്ടുണ്ട് കുട്ടിമാമ. ദാരിദ്ര്യമൊന്നും അതിന് തടസ്സമായിരുന്നില്ല. പൂത്തിരിയും കമ്പിത്തിരിയും, നിലചക്രവും, ഓലപ്പടക്കവും, ഗുണ്ടും, മെത്താപ്പും, പാമ്പുഗുളികയും, വാണവും... ഒരു രാത്രി മുഴുവനിരുന്ന് കത്തിച്ചാലും പൊട്ടിച്ചുതീരാത്ത അത്രയും.

വാണം കത്തിക്കാൻ ഒഴിഞ്ഞ സ്ഥലം വേണം. തറവാട്ടിലെ തൊഴുത്ത് ഓല മേഞ്ഞതായിരുന്നു. വാണക്കുറ്റി അതിൽ ചെന്നു വീഴാതെ നോക്കണം. ചുറ്റുപാടും പുല്ലുമേഞ്ഞ വീടുകൾ വേറെയുണ്ട്. ഏത് ദിശയിലേക്കാണ് വാണം സഞ്ചരിക്കുകയെന്ന് പറയാൻ പറ്റില്ല. എല്ലാ വിഷു

ക്കാലത്തും ആർക്കെങ്കിലുമൊക്കെ പൊള്ളലേൽക്കാറുണ്ട്. ശിവകാശി പ്പടക്കങ്ങളായിരുന്നു കൂടുതലും. ലേബലുകളിൽ ഇംഗ്ലീഷ് ലിപികളും തമിഴ്ലിപികളുമുണ്ടായിരുന്നു. അമ്മയുടെ ചെറിയച്ഛന്റെ മകനായ വാസു മാമ ഒരു വിഷുക്കാലത്ത് ഡൽഹിയിൽ നിന്നു വരുമ്പോൾ കൊണ്ടുവന്ന പടക്കത്തിന്റെ ഓർമ്മ ഇപ്പോഴും മായാതെ നിൽക്കുന്നു. ഒരാഴ്ച മുഴുവൻ ആഘോഷമായിരുന്നു ഞങ്ങൾക്ക്.

വിഷുപ്പുലർച്ചെ കാണാനുള്ള കണി രാത്രിതന്നെ ഒരുക്കി വെയ്ക്കും. ഉരുളിയിലാണ് കണി വെയ്ക്കുക. എല്ലാറ്റിനും കുട്ടിമാമയുണ്ടാവും. ഉരുളിയിൽ ഉണങ്ങലരി നിറയ്ക്കും. കസവുള്ള പാവുമുണ്ട് ഞൊറിഞ്ഞ് ഒരു ഭാഗത്ത് വിശറിപോലെ വെച്ചിരിക്കും. അതിലാണ് കണ്ണാടി അല്പം ചരിച്ച് വെക്കുക. ദീപവും കണിവസ്തുക്കളുമൊക്കെ കണ്ണാടിയിൽ പ്രതിഫലിക്കണം. കണിവെള്ളരിയ്ക്കുമേൽ സ്വർണ്ണ നെക്ലസ് മനോഹരമായി അലങ്കരിച്ചു വെക്കും. കൊന്നപ്പൂക്കൾക്കൊപ്പം ചക്കച്ചുളയും പഴുത്ത മാങ്ങയും ഒക്കെ കണിയായി വെച്ചിരിക്കും. ഓറഞ്ചുനിറമുള്ള ഒളോർ മാങ്ങയാണ് വെയ്ക്കുക. പിഞ്ചുകോവയ്ക്കയിൽ മോതിരമണിഞ്ഞ് വെക്കും. ഒരാണ്ടിന്റെ സമൃദ്ധി മുഴുവൻ ഉരുളിക്കകത്ത് സങ്കൽപ്പിക്കണം.

വിഷുദിവസത്തേക്കുള്ള അട രാത്രി തന്നെ പുഴുങ്ങി വെയ്ക്കണം. ചക്ക വറുക്കുന്നതും തലേന്നാണ്. രാത്രി ഉറങ്ങുകയേയില്ല. കണികാണാ

നായി കാത്തു കിടക്കുമ്പോൾ കുന്നിൻ ചെരിവിൽ നിന്നൊക്കെ പടക്കം പൊട്ടുന്ന ഒച്ച കേൾക്കാം. വാച്ചോ അലാറമോ ഒന്നുമുണ്ടായിരുന്നില്ല വീട്ടിൽ. എന്നിട്ടും കണികാണാനുള്ള സമയം കണിശമായി അറിഞ്ഞിരുന്നു. കണ്ണും പൊത്തി, കണിക്കു മുമ്പിൽ കൊണ്ടിരുത്തുന്നതു വല്ല്യമ്മ. എത്ര കണി കണ്ടിട്ടും വലിയ സമൃദ്ധിയൊന്നും എന്റെ കുട്ടിക്കാലത്തെ തൊട്ടു പോയിട്ടില്ല. കൈനിറയെ വിഷുക്കൈനീട്ടം കിട്ടിയ ഓർമ്മയുമില്ല. തുന്നപ്പണി ചെയ്തും പച്ചക്കറി കൃഷി ചെയ്തും കുട്ടിമാമ സമ്പാദിക്കുന്ന പണത്തിൽ നിന്ന് വലിയ വിഷുക്കൈനീട്ടം പ്രതീക്ഷിക്കാൻ വയ്യായിരുന്നു.

കണി കണ്ട്, പടക്കം പൊട്ടിച്ച്, ചെറിയ വിഷുക്കൈനീട്ടം വാങ്ങി വീണ്ടും കിടന്നുറങ്ങും. വിഷുപ്പുലർച്ചെ മഴ പതിവായിരുന്നു. അന്നൊക്കെ, രാവിലെ എഴുന്നേറ്റ് തൊടിയിലെത്തുമ്പോൾ, പടക്കങ്ങളിൽ നിന്ന് പൊട്ടിച്ചിതറിയ കടലാസു കഷണങ്ങൾ നനഞ്ഞൊട്ടിയിരിക്കും. അവയിലൊക്കെയും തമിഴ്ലിപികൾ.

നനഞ്ഞ ചപ്പിലകൾക്കിടയിൽ തിരഞ്ഞാൽ പൊട്ടാത്തപടക്കം കിട്ടും. തിരി മാത്രം കത്തിയൊടുങ്ങിയവ. അത് പെറുക്കിയെടുത്ത് വെയിലത്തുണക്കി അതിൽ നിന്ന് മരുന്ന് മാത്രം പുറത്തെടുത്ത് കനത്ത ഒച്ചയിൽ പൊട്ടുന്ന ഗുണ്ടുണ്ടാക്കാൻ വിദഗ്ദ്ധരായിരുന്നു കളിക്കൂട്ടുകാരായ ചന്ദ്രനും മുരളിയുമൊക്കെ.

വിഷു കഴിഞ്ഞാലും ശിവരാമൻ നായരുടെ കടയിൽ ചീനപ്പടക്കമുണ്ടാവും. വിഷുക്കൈനീട്ടം കൊണ്ട് ചീനപ്പടക്കം വാങ്ങിക്കുന്നത് വിഷുവിന്റെ ബാക്കിയാണ്. വിഷുദിവസത്തിന്റെ തുടർച്ചയായി മഴ പെയ്താൽ പറങ്കിയണ്ടി ചീർക്കും. അതിന് വില കിട്ടാതാവും. അണ്ടിയ്ക്ക് പകരം പടക്കം കൊടുക്കുന്നത് ശിവരാമൻ നായർ നിർത്തും.

വിഷുമഴ കിട്ടിയാൽ പള്ളിയാലുകളിൽ നിന്ന് കാളകളെ പെരക്കുന്ന ഒച്ച കേട്ടു തുടങ്ങും. കുന്നിൻചെരുവുകളിൽ നിന്ന് ഒറ്റയ്ക്കും തറ്റയ്ക്കും കേൾക്കുന്ന പടക്കയൊച്ചകളും ഇല്ലാതാവുന്നതോടെ മുളവല്ലങ്ങളിൽ ഞാറ് വിത്ത് മുള പൊട്ടിയിരിക്കും. വലിയ മൺപൊത്തുകളിൽ സൂക്ഷിച്ച ഇഞ്ചി വിത്തുകളും കിളിർത്തിരിക്കും.

കൈക്കോട്ടും തായയ്ക്ക് ചിറ്റുറപ്പിക്കാനും മടവാളിന് മൂർച്ച കൂട്ടാനും സമയമായി. കരുവാന്റെ ആലയിൽ പണിത്തിരക്കായി.

●

www.ingramcontent.com/pod-product-compliance
Lightning Source LLC
LaVergne TN
LVHW090406051026
849518LV00006B/2255